I0718345

Hoa Hường

Hoa Hường
Tuyển tập truyện ngắn ThaiNC

Bìa: Tranh sơn dầu "Boat Life" A private collector
Họa sĩ: Mina Hồ Ferrante (Hồ Mộng Nhã-Uyển)
Dàn trang: Nguyễn Thành
Bìa: Uyên Nguyên Trần Triết
Phụ bản: tr anh Đinh Trường Chinh
Nhân Ảnh Xuất Bản 2021
ISBN: 9781989993590
Copyright © 2021 by ThaiNC

ThaiNC

Hoa Hường

Tuyển tập truyện ngắn

NHÀ XUẤT BẢN
NHÂN ẢNH
2021

Tựa

Khôi An

Khi đặt bút viết, tôi phân vân, không biết nên gọi tác giả như thế nào.

'*Người viết*' hay '*nhà văn*' chăng? Nghe xa cách quá.

'*Người kể chuyện*' hay '*người chia sẻ*' vậy? Khá hơn, nhưng hơi dài.

Thôi, chỉ là ThaiNC. Nhẹ nhàng, chân thành và không thể lẫn với ai khác. Giống như những câu chuyện trong "HOA HƯỜNG".

***

Đọc Hoa Hường, điều tôi cảm thấy rõ nhất là sự lãng mạn thật thà. Hai tính cách tưởng chừng ít khi đi đôi với nhau, nhưng ai đã đọc nhiều chuyện của ThaiNC chắc sẽ đồng ý với tôi. Cái duyên dáng, thu hút của văn chương ThaiNC là ở đó.

Chất lãng mạn trời sinh, có sẵn trong tâm hồn từ tấm bé đã cho ThaiNC những quan sát tinh tế, những xúc động đặc biệt, và những tình cảm đậm đà làm rung lên nỗi bồi hồi trong lòng người đọc. Nhiều câu chuyện rất riêng của ThaiNC đã làm người đọc nhận ra những cảm xúc của chính họ, mà họ chưa bao giờ viết thành lời. *"Mỗi tô canh của Mạ không những đã được nêm đầy Gia Vị Mẹ, mà nó còn chan chứa cả quãng đời niên thiếu của tôi. Tôi đã ăn canh như một con bò già nhai lại tuổi thơ mà nuối tiếc những chuỗi ngày còn trong vòng tay Mạ"*. Đọc những lời đó, tim ta thổn thức và ta nếm được Gia Vị Mẹ của rất riêng ta, có phải?

ThaiNC *thấy* những điều rất nhỏ và *cảm* những chuyện rất thường trong đời sống. Chẳng hạn như cử chỉ của cô bé nghèo bán hàng rong trong đêm mưa *"đưa cả hai tay vuốt hết những giọt nước trên mặt rồi kéo đôi tay ra phía sau túm lại mái tóc"*, chẳng hạn như bóng trăng trong vũng nước mưa sau nhà, hay ngôi mộ không hoa chiều giáp Tết. Tinh tế, chuyện đi nhẹ nhàng vào lòng người đọc bằng những đường lược của người cha trên tóc con gái, bằng cái gật đầu mời thầy cũ của người tiến sĩ giảng sư, và bằng nỗi lòng của người mẹ trẻ ôm con người ta mà khóc nhớ con mình… ThaiNC viết như đang kể chuyện với một người bạn thân. Và, người đọc cảm thấy mình chính là người bạn thân đó, bởi vì anh chuyên chở các câu chuyện bằng lời văn rất đỗi chân thành.

Dù đã viết nhiều năm, ThaiNC vẫn giữ nguyên cách viết như chỉ để lưu lại những xúc cảm cho chính mình và những người thân thương. Dù chuyện dài hay ngắn, dù là thể loại huyền bí, tình cảm, hoặc tuỳ bút, người đọc thường nghĩ rằng anh đã thật sự sống qua, hay - ít nhất là - đã chứng kiến từng chi tiết, từng xúc cảm để có thể kể một cách thật đến thế. Đọc "Hoa Hường" người ta thấy đâu đó chính mình trong mọi đoạn đời, từ thời thơ ấu, đến khi biết rung động lần đầu, tới hạnh phúc làm cha mẹ, và khi run rẩy trước ngọn *gió mồ côi* lạnh buốt... Người đọc thấm thía, dù ThaiNC buông chữ nhẹ tênh, như *"Tôi biết con mình đang lớn. Và tôi tiếc..."*

Một điều đặc biệt khác của ThaiNC là anh hoà hợp câu chữ văn hoa, kỹ thuật điêu luyện với ngôn ngữ của trẻ con và những đối thoại ngắn ngủn đời thường một cách hết sức tự nhiên. Cái tự nhiên thật tình đến mức cảm động, như hình ảnh người đàn ông *"trên đầu tóc muối như tiêu"* đang *"xì xà xì xụp"* húp tô canh thơm của Mạ.

Khi đọc truyện của ThaiNC, tôi nảy ra ý nghĩ rằng một ngày nào đó sẽ trích đoạn vài bài để chia sẻ với những người trẻ Việt Nam đang học tiếng Việt. Bởi vì trong nhiều bài viết nhẹ nhàng, gần gũi, anh đã pha vào những câu tiếng Anh nho nhỏ, hệt như cách những người gốc Việt, thuộc thế hệ gạch nối chúng tôi, suy nghĩ và nói chuyện bằng cả hai ngôn ngữ. *"Vị ngọt đắng thì chắc có khác, nhưng hương cà phê cũng vẫn là một, và nhất là cũng sẽ làm mình ấm lòng mỗi sáng như nhau. It's OK."* Tôi nghĩ, mấy chục năm sau, khi hầu hết người Mỹ gốc Việt chỉ nói toàn tiếng Mỹ, những câu nói "Anh - Việt đề huề" như thế sẽ gợi lại những kỷ niệm rất thân thương, và, rất có thể, làm cho người đọc bồi hồi đến rơi nước mắt khi nhớ đến những buổi sum vầy bên tô canh bốc khói, bên chảo cơm chiên do ông bà, cha mẹ nấu trong căn bếp thơm *"lừng lựng"* mùi hành mỡ, mùi cơm sôi của thời thơ ấu...

- oOo -

Khôi An là một kỹ sư, nhà ngôn ngữ học, và giảng viên tiếng Việt ở một trường đại học vùng Vịnh San Francisco. Cô cũng là một người viết quen thuộc trên mục Viết Về Nước Mỹ của Việt Báo. Cô đã nhận bốn giải thưởng từ Việt Báo, kể cả giải Chung Kết 2013 và giải Việt Bút Trùng Quang 2015.

TÔ CANH THƠM CỦA MẠ

Chỉ mới đôi năm trước đây thôi, Mạ tôi vẫn còn khỏe và năng động lắm. Tuy đã lớn tuổi, nhưng bà vẫn tự nấu lấy thức ăn cho mình. Anh em tôi e ngại sợ Mạ tay yếu đổ nước phỏng tay, hay sợ bà quên tắt bếp, lửa củi rất nguy hiểm, nhưng nói mấy cũng vô ích. Mạ viện lý do thức ăn tụi tôi nấu không hợp khẩu vị, và nhất là bà cần làm việc để qua thì giờ và cũng để vận động chân tay luôn thể. Thấy bà nói có lý nên tụi tôi cũng đành chiều ý. Thôi kệ, tới đâu hay tới đó. Vậy đó mà Mạ đã nấu ăn một cách ngon lành. Chẳng những bà nấu cho bà, mà cả lũ con cháu nội ngoại còn được hưởng lây nữa.

Hình như ít có lần nào sau khi đã gởi cháu cho bà trông, đến đón về mà tôi không được Mạ bới cho một chút đồ ăn mang theo. Và món Mạ thường làm cho tôi nhiều nhứt là món canh thơm. Bà biết đây là món mà tôi rất thích.

Kể cũng lạ, những lần mang tô canh thơm về là tôi hầu như một mình làm trọn. Hai đứa con không ăn đã đành, mà cả Hương cũng chỉ sơ sơ vài muỗng vậy thôi, còn lại là tôi quét sạch không chừa một cọng hành. Tôi xì-xà xì-xụp ăn tô canh như ngày mai sẽ tận thế không bằng.

Thấy tôi thích món này như vậy, nên khoảng hai ba tuần không thấy tôi mang từ bà nội về là vợ tôi lục đục nấu. Tưởng cũng nói thêm vợ tôi có biệt tài học nấu ăn. Nàng vô nhà hàng hoặc đi ăn ở đâu mà gặp món đắc ý, chỉ cần khươi đĩa đồ ăn coi sơ sơ là có thể về nhà nấu giống như vậy. Cho nên với tô canh thơm đơn giản này là quá dễ dàng. Hôm tôi thấy tô canh thơm dọn lên bàn, ngạc nhiên quá tưởng là Mạ nấu nhờ người khác mang qua. Nhưng Hương nói nàng mới nấu theo kiểu của Bà nội. Tôi thích vô cùng, ngồi xuống chén thả giàn. Ăn xong vợ hỏi *"Ngon không?"* *"Ngon chứ"*. Vợ hỏi tiếp *"Có ngon như Bà nội nấu không?"*. Tôi thành thực trả lời *"Ngon, nhưng mà hình như hơi khác với canh Mạ nấu"* Vợ tôi nói mới nấu lần đầu nên chưa chỉnh. Lần sau chắc chắn sẽ giống.

Lần sau nữa, tô canh thơm của vợ nấu thành thật mà nói thì chẳng những giống mà có lẽ còn đậm đà và thơm ngon hơn tô canh của Mạ. Tôi ăn cũng ngon lành lắm. Thế nhưng, dù vợ tôi có nấu cách nào đi nữa cũng không thể nào giống như tô canh của Mạ. Canh thơm của vợ nấu thì tôi ăn bình thường cùng những món ăn khác, nhưng khi ăn tô canh của Mạ tôi nấu, đặc biệt trọn một bữa cơm tôi chỉ ăn một món này mà thôi như là sợ mấy món kia sẽ làm tô canh của tôi bớt ngon. Tôi vừa ăn mà sợ như nó sẽ…hết. Và khi hết, tôi vét đến cọng ngò cuối cùng. Ăn xong mà vẫn thòm thèm thật tức cười. Cả hai đứa tôi cùng nhận thấy điều này. Lạ!

Cho đến một hôm…

Dịp lễ Thanksgiving, lớp học con gái tôi tổ chức một buổi pot-luck ăn trưa. Mỗi phụ huynh tham dự mang một món ăn tới góp vốn ăn chung. Tôi mua mang theo món mì xào từ một tiệm mì nổi tiếng và tôi biết rất ngon.

Tới giờ ăn, các phụ huynh phải phục vụ cho các em ăn trước. Món mì của tôi được tất cả ủng hộ nhiệt liệt trừ một cậu bé có vẻ là người Tàu hay Phi gì đó. Khi tôi mang đĩa mì tới, nó thờ ơ lạnh nhạt nói, "Không ăn". Hừm, làm bộ dữ. Chắc là nó không đói. Nhưng tôi vẫn cố dụ, "Ăn đi cháu, mì ngon lắm." Cậu vẫn một mực, "Không ăn. Mì má cháu làm ngon hơn nhiều." A, thằng này làm phách nhỉ, dám nói là mì má nó làm ngon hơn ở tiệm, mặc dù là chưa thử qua sợi nào.

Đúng lúc đó mẹ của cậu cũng vừa tới bàn. Bà giở nắp hộp đồ ăn của cậu ra thì quả nhiên là…một hộp mì xào. Tôi tò mò nhấn nhá đứng gần hai mẹ con để coi món mì gì đặc biệt mà cậu con quảng cáo dữ dội quá. Khi tôi nhìn thấy tô mì rồi thì thật là…thất vọng đến não nề. Trời ơi, tưởng là có gì ghê gớm lắm, té ra là những cọng mì trắng nhách, nhạt nhẽo, thêm chút trứng chiên thái mỏng rải ở trên, và chan xì dầu. Chỉ vậy thôi mà cậu làm như là sơn hào hải vị đâu đâu không bằng. Tôi bị chạm tự ái quá đi. Nó dám chê mì mua ở nhà hàng của tôi để ăn cái tô mì trông thiệt là…dở ẹc này. Cho nên tôi vẫn tiếp tục đứng gần đó để coi thử.

Tôi rất ngạc nhiên khi thấy cậu bé mắt sáng rỡ khi mì của cậu được mẹ xúc ra chén. Kỳ thật, đĩa mì tôi mang tới sợi vàng óng ánh hấp dẫn, lại thêm tôm, xá xíu, rau cải đầy đủ, ngon lành thì cậu không thèm ngó tới, trong khi mì của mẹ cậu thì lưa thưa vài miếng trứng với xì dầu mà cậu làm như bắt được vàng. Chưa hết, nhìn cái dáng điệu cậu ăn mới đã. Cậu ngồi sát vào mẹ như một con gà con. Tay trái cậu cầm muỗng, tay phải đôi đũa, cả hai tay phối hợp nhịp nhàng. Trước hết cậu gom mì thành một cụm nhỏ vừa đủ một miếng, dồn thêm vài sợi lên ngoạm một miếng vô miệng gọn lỏn. Nói thì lâu chứ cậu ta làm lẹ lắm. Cụm mì mới vào miệng đang nhai là đôi tay đã thực hiện lại động tác gom mì lại như cũ của một chu kỳ nhứt định. Cứ thế cậu không để phí một giây nào, ngay cả một vài cọng mì dính bên mép cũng không thèm chùi. Chỉ thỉnh thoảng cậu phải ngưng lại chút để thở, và để cho mẹ chùi mép giùm, trong khi cậu nhìn mẹ cười…say đắm. Ôi trên đời này sao lại có thằng con nào sung sướng, hạnh phúc đến như vậy cà? Cậu lại tiếp tục ăn, thì thà thì thụp. Thấy nó ăn mì mà tôi cảm thấy đói bụng và thèm quá đi, thiếu điều muốn nói với nó rằng *"Mày cho tao thử một miếng, được không?"*

Chẳng mấy chốc mà tô mì gần hết, cậu ăn chậm lại. Nhưng cậu ăn chậm không phải vì no. Cứ nhìn cái miệng nhỏ nhắn nhai ngấu nghiến thì biết. Cậu sợ hết. Như thể cậu muốn ăn hoài ăn hủy miễn là có mẹ ngồi bên cạnh.

Rồi thì tô mì xào của cậu cũng phải hết. Tôi thấy nó nhai miếng cuối cùng thật lâu, và khi đã bỏ đũa xuống rồi cũng còn dùng tay vét mấy cọng hành nhét vào miệng một cách tự nhiên. Bà mẹ ngồi bên cạnh không cản mà chỉ nhìn tôi cười bẽn lẽn để tôi thông cảm cho thằng con háu ăn.

Tôi thẫn thờ nhìn hai mẹ con và chợt hiểu.

Hành động vét mấy cọng hành cuối cùng của cậu bé sau khi đã làm sạch sẽ tô mì làm tôi nhớ những lúc tôi vét mấy cọng ngò cuối cùng của tô canh thơm do Mạ nấu. Tôi nhớ lại hồi nãy thằng con ăn mì say sưa và thỉnh thoảng nó nhìn mẹ nó một cách trìu mến như thể nếu được nó cũng ăn luôn mẹ nó vào bụng. Và tôi nhớ lại lúc ăn canh thơm của mạ, tôi có một cảm giác man mác, êm đềm mà không hiểu vì đâu. Tô mì của cậu bé chắc chắn không bằng mì tôi mua ở tiệm, cũng như canh thơm của

Mạ chắc cũng không đậm đà, ngon ngọt như vợ nấu. Nhưng mà cả hai đã được nêm vào một gia vị trân quí nhất trên đời: Gia vị MẸ.

Khi ăn canh của Mạ nấu, thì ra tôi đã nuốt vào người tất cả tình thương của Mạ gởi gắm trong tô canh. Tôi đã vào cái tuổi mà người ta gọi là tri thiên mệnh, trên đầu tóc điểm muối tiêu nhưng với Mạ cũng chỉ là một thằng con nhỏ dại mà bà khi nào cũng muốn chiều chuộng chăm nom. Tôi chợt nhận ra rằng mỗi tô canh của mạ không những đã được nêm đầy gia vị MẸ trong đó, mà nó còn chan chứa cả một quãng đời niên thiếu của tôi. Tôi đã ăn canh như con bò già ngấu nghiến nhai lại quãng đời ấu thơ, và nuối tiếc những chuỗi ngày vẫn còn trong vòng tay của Mạ.

***

Gần đây Mạ tôi đã không nấu nướng gì được nữa. Mạ yếu như một ngọn đèn dầu gần cạn, hắt hiu chờ một cơn gió lớn.

Bây giờ, ngoại trừ những lúc cần phải đi đứng chút đỉnh làm vệ sinh hay uống thuốc, còn thì Mạ chỉ nằm trên giường. Trời nắng ấm mùa Xuân, Mạ đắp mền từ cổ tới chân mà vẫn than lạnh. Những chuyện hôm qua thì Mạ quên tuốt, nhưng mà chuyện sáu bảy chục năm trước thì Mạ nhớ rõ mồn một và cứ nhắc tới nhắc lui dăm ba câu chuyện đó. Mạ kể đi kể lại chuyện thời bà còn con gái mười ba mười bốn tuổi đã tự lập mưu sinh với giỏ hàng Xén nhỏ nhoi bày bán ở chợ Đông Ba ngoài Huế. Có ông cố đạo người Pháp dạy học ở đâu đó không biết, mỗi vài tháng lại ra chợ sắm giấy, bút, mực… chỉ ở gánh hàng nhỏ xíu của Mạ, chứ không bao giờ mua ở những cửa tiệm lớn hơn. Lý do vì Mạ tôi là người duy nhất trong khu chợ biết nói bặp bẹ đăm câu tiếng Pháp với ông. Anh em tôi ngạc nhiên hỏi Mạ học tiếng Pháp ở trường nào? Bà nói trường nào mà trường. Nhà nghèo cơm ngày ba bữa đủ ăn là may rồi, con gái thời đó như mạ làm sao được tới trường. Mạ chỉ học lóm tiếng Pháp từ mấy cậu trong nhà mà thôi. Tụi tôi nể Mạ quá xá.

Mạ ngày càng lãng hơn. Một lần tôi ngồi bên, Mạ lại bắt đầu kể một chuyện đời xửa đời xưa nào đó của bà mà tôi đã nghe ít nhất một chục lần và đã thuộc lòng. Không hiểu sao bữa đó tôi vô tình quá. Mạ mới nói vài câu là tôi ngắt lời bà, nói là mình đã biết rồi, Mạ khỏi cần kể nữa. Và để chứng minh, tôi kể tiếp cho Mạ khúc tiếp theo để mạ tin là tôi đã biết. Tôi thấy Mạ mặt buồn xo, hụt hẫng. Mạ ậm à ậm ừ cố nghĩ một chuyện khác để kể cho tôi nghe thế câu chuyện trên, nhưng luồng tư tưởng quen thuộc của Mạ lúc đó bị tôi ngắt bất ngờ nên chưa sắp xếp lại kịp chuyện khác. Mạ chỉ muốn nói để mà nói, và có người ngồi cạnh bên nghe mà thôi. Tôi hối hận quá. Thấy Mạ mấp máy môi, ấp a ấp úng hoài nhưng nghĩ chưa ra thiệt là tội nghiệp. May lúc đó tôi nghĩ là phải mớm lời cho Mạ nên giả bộ hỏi *"Hồi Mạ còn nhỏ, Mạ bán gì ở chợ Đông Ba vậy?"* Thế là Mạ bắt được đà, bà bèn kể tiếp cho tôi nghe chuyện ông cố đạo người Pháp mỗi vài tháng ra mua hàng của Mạ. Lần này thì tôi nghe một cách thiệt tình, thỉnh thoảng còn bàn thêm vài điều bên lề nữa khiến Mạ thích vô cùng.

Ban đầu thì tôi nghe để cho Mạ vui. Nhưng càng về sau, tôi thấy như mình cũng có những lúc sống hòa vào với thế giới của Mạ. Mạ mới nhắc đến giỏ hàng xén tạp hóa là tôi như thấy cả cái chợ Đông Ba trước mặt mình với rừng người tấp nập, có một cô bé mười bốn mười lăm tuổi gói hàng bán cho một ông Tây râu ria xồm xoàm, áo đen thụng thịnh, tóc trắng toát, cố gắng lắng nghe để hiểu mớ tiếng Pháp chắp vá của cô hàng xén nhỏ tuổi. Thỉnh thoảng ông cười to thích thú vì cô hàng xén xinh xinh này nói tiếng Tây thiệt là…tức cười và dễ thương. Cô không biết. Cô tưởng là ông Tây cười khen cô nói hay, nên cô cố nói thêm càng nhiều càng tốt. Và vì vậy mà ông Tây lại càng cười thêm…

Mạ tôi cũng kể rằng hồi 9, 10 tuổi gì đó tôi đau một trận kinh hồn. Giữa đêm khuya, tôi nóng sốt đến độ máu cam từ mũi chảy ra như suối. Mạ đã dùng hết khăn trong nhà mà vẫn chưa đủ cho tôi lau. Tôi mất nhiều máu quá đến nỗi đã bắt đầu mê man rồi. Lúc đó nhà tôi mới từ Huế dọn vào. Ba tôi vắng nhà đi làm xa. Lạ nước lạ cái, nhà thương bệnh viện ở đâu không biết,giữa đêm khuya khoắt biết kêu nhờ ai! Mạ chỉ còn ôm tôi vào lòng và cầu nguyện. Lúc đó bà nghe như có tiếng nạng gỗ gõ lên sàn nhà, tiếp theo là tiếng dép kéo lê. Rõ ràng là có một người què đang đi trong nhà. Nhưng Mạ đã quá mệt mỏi và cũng đang thiếp đi. Rồi bà thấy rõ ràng, không hiểu là thiệt hay trong giấc mơ, một người lính chống nạng gỗ đi đến và sờ vào trán tôi, xong rồi ông ta lại kéo nạng đi ra khỏi nhà. Sáng hôm sau, như một phép nhiệm mầu nào mà tôi bớt hẳn, gần như đã hết bệnh mặc dù là chưa uống một viên thuốc nào cả.

Tôi vốn là một thằng bé ham chơi thuở ấy nên đã gây cho Mạ không ít nhọc nhằn. Hình như không có một môn chơi nào của con nít trong xóm mà thiếu mặt tôi, từ đánh đáo ăn tiền, đến bắn bi, tạt hình, chọi lính…món nào tôi cũng một cây xanh rờn. Mạ tôi lo tôi ham chơi mất sức rồi bỏ học nên cố kềm bằng cách bắt tôi mỗi trưa phải… đi ngủ. Dĩ nhiên là tôi chỉ nằm trình diễn thôi, đợi cho Mạ ngủ là tôi rón rén dậy xách đồ nghề dông một mạch vào xóm chơi. Tỉnh dậy không thấy thằng con đâu, Mạ tôi lại phải đội nắng đi vào xóm kiếm. Bà biết đích xác chỗ nào tôi thường đàn đúm. Có những lần tôi đang lom khom cúi nhắm mấy hòn bi dưới đất để bắn thì bỗng thấy đôi dép quen thuộc ngay trước mặt. Khỏi cần nhìn lên tôi cũng đủ biết là ai, bèn ba chân bốn cẳng chạy ù về nhà. Tôi phải về trước Mạ, lấy cái khăn hay cái áo nào đó chêm sau mông. Mạ có cái roi đánh đau lắm nên tôi phải lo độn trước kẻo không là…thê thảm. Rồi Mạ về tới, bắt tôi nằm xuống nã cho mấy roi. Chẳng đau gì cả nhưng tôi cũng giả bộ la "ui-da, ui-da" rối rít. Mạ thấy tội bèn cho… thiếu nợ, chỉ dọa lần sau tái phạm sẽ trả gấp đôi. Tôi nào ngán, vì đã có áo giáp hộ thân, và hơn nữa Mạ đâu có nhớ? Tôi chỉ thắc mắc một điều là sao Mạ không nhận ra sự khác nhau. Khi tôi chưa kịp độn áo sau mông, roi đụng vào thịt thì nó kêu "bép-bép"; còn khi nào tôi đã kịp độn áo rồi thì nó kêu "phộp-phộp" rõ ràng như vậy mà Mạ không biết nên tôi mặc tình mà lờn.

"Bí mật" này tôi vẫn giữ kín gần 40 năm, cho tới khi mới chỉ gần đây thôi. Trong một dịp họp mặt gia đình anh em, con cháu đầy đủ, tôi bèn " bật mí" lên để chọc Mạ cho vui, ai ngờ Mạ phản pháo *"Thằng khỉ. Mi tưởng tau ngu không biết mi chêm cái chi đó trong quần hay răng? Tau cố tình lờ cho mi đó chứ!"* Cả nhà tôi cười như nước vỡ bờ, và thằng con tôi là to họng nhất. Nó khoái quá, hả hê khen *"Bà nội thông minh quá. Smart quá. Ba là 'bad boy' hả bà nội?"* Ha ha. Bà nội có hiểu bad boy là gì đâu!

***

Một buổi chiều đi làm về, tôi ghé lại để nghe Mạ kể chuyện, nhưng bà đang ngủ. Tôi kéo ghế cạnh giường ngồi nhìn Mạ.

Đã từ lâu tôi biết là bà không khoẻ, nhưng vẫn nghĩ rằng ai cũng bệnh già thế thôi. Bữa nay tôi mới có dịp ngắm lại Mạ lúc bà đang ngủ. Hơi thở của bà sao mệt nhọc quá, khò khè và đứt quãng. Mạ ngủ mà phải há miệng ra để thở và tôi thấy răng của Mạ chỉ còn vài cái loe hoe! Nhưng điều làm tim tôi nhói lên khi mạ chìa cánh tay ra khỏi mền. Ôi cánh tay của Mạ tôi đâu còn là tay nữa mà chỉ là một thanh củi khô, da bọc lấy xương. Lớp da đồi mồi ở ngay bả tay không còn miếng thịt nào để bao bọc nên nó nhẽo nhẹt và lòng thòng một cách thảm thương. Tôi nghe Mạ than là khó thở, nhưng không ngờ Mạ phải thở một cách khó nhọc như vậy. Tôi biết là Mạ ốm, nhưng không ngờ Mạ ốm đến giơ xương. Tôi không nỡ nhìn Mạ lâu hơn, phải bước vội ra ngoài tới bàn thờ Phật để ổn định lại tâm hồn.

Trước bàn thờ Phật. Tượng Phật Bà Quan Âm với bình nước Cam Lồ hiền từ nhìn. Bỗng nhiên tôi cảm thấy như có một sự thiêng liêng nào đó phảng phất trong không gian. Một cảm giác lâng lâng khó tả. Tôi thắp một nén nhang và khấn thầm "Thưa Phật. trước hết con biết tuy là Phật tử, nhưng con không phải là một Phật tử thuần thành được thấm nhuần Phật pháp. Vì vậy mà giáo lý của Đức Phật nhiều khi con hiểu chưa thực chính xác, nên nếu con nói có gì không đúng thì đành vậy. Con vẫn thường nghe nói về luật nhân quả của đạo Phật. Nhân nào thì quả nấy. Làm hiền gặp lành và làm ác gặp ác. Bao nhiêu năm qua con nghĩ là mình đã làm nhiều việc thiện. Và con chưa bao giờ mong việc mình làm sẽ mang lại một nhân quả tốt nào cho chính con cả. Nhưng bây giờ nếu Đức Phật vì những nhân lành mà con đã gieo, và sẽ cho con những quả tốt như một sự đền bù thì con xin nhận. Không phải cho con, mà cho Mạ con. Thưa Phật, con biết rằng con người sinh ra thì ai cũng đều mang một số mệnh. Ai rồi cũng sẽ đi qua đoạn đường sinh, lão, bệnh, tử. Vì vậy mà con không dám cầu cho Mạ con sống lâu trăm tuổi. Bởi vì cầu cũng không được. Con chỉ xin cho Mạ con được sức khoẻ và sự an nhiên trong quãng đời còn lại là con mãn nguyện lắm rồi. Một mai khi nợ trần đã dứt, xin Phật đón Mạ con về trong sự bình yên. Chỉ vậy thôi."

Có tiếng Mạ kêu trong phòng. Tôi vội đi vào kẻo mạ trông và lòng thầm nghĩ không biết bữa nay Mạ sẽ kể cho nghe chuyện gì? Chuyện ông cố đạo, hay là chuyện ông lính chống nạng giữa đêm? Hay là chuyện… chuyện gì cũng được. Bây giờ thì mạ còn nói, tôi còn được nghe là cũng may mắn, hạnh phúc rồi. Tôi biết là Mạ không còn như xưa để thỉnh thoảng nấu canh thơm cho tôi nữa, nhưng cái gia vị MẸ tuyệt vời đó nào phải vì vậy mà mất đi đâu. Nó vẫn đậm đà và nồng ấm qua từng giọng nói, từng cái nhìn của Mạ đó mà. Như hôm kia tôi đến ngồi cạnh bên, Mạ nhìn lên đầu tôi thật lâu, rồi nói giọng lo lắng *"Con bịnh chi mà tóc bạc nhiều ri?"*

***

À ơi,
Mẹ già như chuối chín cây, gió lay mẹ rụng con rày mồ côi….

Gió lay mẹ rụng, tôi gọi là Gió Mồ Côi. Để rồi một hôm,

Một hôm có gió mồ côi
Thổi cho Mạ rụng để tôi một mình
Mạ về nước Phật thanh bình
Trần ai để lại chút tình mạ con
Canh thơm ai nấu mà ngon
Bây giờ canh hết con còn chén không… ∎

XIN LỖI HOA HƯỜNG

"Bánh mì đây, Bánh mì nóng đây"
"Aiìi... mua bánh mì không?"

Tiếng ai kéo dài nghe như là tiếng ải lảnh lót của con nhỏ bán bánh mì đêm đã xuất hiện đầu ngõ. Thằng Cọp và thằng Thọ, hai thằng vừa là bạn cùng lớp vừa là hàng xóm kế nhà nhau, núp dưới lùm cây đưa mắt ra hiệu chuẩn bị. Đêm nay hai thằng sẽ cùng nhau một trò chơi hứa hẹn vô cùng lý thú.

Hàng rong buổi tối là một nét đặc thù của Huế. Có tối nào mà thiếu vắng tiếng mì gõ của ông Tàu già, tiếng chè gánh, hột vịt lộn, và... bánh mì nóng mới ra lò đã trở thành những thứ quen thuộc. Chỉ có điều lạ thằng Cọp và Thọ để ý là từ hai tuần nay, tiếng rao quen thuộc của thằng bán bánh mì đã không còn nữa mà đổi thành giọng rao lanh lảnh của một đứa con gái mà hình như cũng còn nhỏ lắm cỡ Cọp và Thọ thôi. Hai đứa đang học lớp Nhì trường tiểu học Phú Mỹ. Tụi nó tính sẽ phá con nhỏ này một trận.

Đêm nay là đêm thi hành kế hoạch.

Biết giờ con bán bánh mì sắp đi qua, hai thằng hẹn nhau núp sẵn trong lùm cây. Khi tiếng rao hàng tới gần và thấy con nhỏ vác bao bánh mì trên vai gần tới, thằng Thọ bụm mũi, giả giọng khò khè như người lớn kêu *"Bánh mì!"*. Con bán bánh mì dừng lại lắng tai nghe vì tiếng kêu bất ngờ nó chưa định được phương hướng xuất phát. Thằng Thọ lại kêu lên lần nữa *"Bánh mì"*. Lần này thì con bé định được hướng, đi về phía cổng. Sau cái cổng chính là gần chục nóc gia với ánh đèn mờ leo lét kể cả nhà thằng Cọp, nhà thằng Thọ, biết nhà nào kêu? Con bán bánh mì dừng lại và cất tiếng hỏi

- *Nhà mô? Nhà mô kêu bánh mì rứa?*

Không có tiếng trả lời làm con nhỏ ngần ngại. Ngoài ánh đèn lờ mờ trong nhà, bên ngoài trời tối đen, vài ánh sao yếu ớt không đủ soi năm ngón tay. Nó lại hỏi lần nữa, đầy hy vọng

- *Ai rứa? Ai kêu bánh mì rứa?*

Đến lượt thằng Cọp ra tay. Nó cũng bụm mũi lại như thằng Thọ vừa hú vừa nói giọng nghe thật rùng rợn trong lúc thằng Thọ thì cố thở phì phì thiệt lớn *"Hú húuuu. Ma đây! Ma đây! phhhùùùù. Mi tên chiii?"*

Mới nghe hai chữ *Ma đây* là con bán bánh mì đã rụng rời cả chân tay, không còn hồn vía nào mà nghĩ tới chuyện ma này sao chỉ dám đứng xa xa tự giới thiệu, chứ không dám hiện ra mà nhát!

Thằng Cọp và thằng Thọ bịt miệng cố nhịn cười thành tiếng khi thấy con bánh mì hối hả chạy, vấp phải một rễ cây, bổ sóng soài trên mặt đất. Chắc là đau lắm, nhưng con bé không dám chần chừ, lật đật ngồi dậy xốc lại bao bánh mì móp méo rồi ù té chạy tiếp, để quên lại một chiếc dép bị văng ra lúc té xuống.

Đợi cho con bé chạy xa rồi, hai thằng mới ôm bụng cười như nắc nẻ. Người ta nói con gái là chúa sợ ma quả nhiên đúng thiệt. Mới phì phì mấy cái là đã vắt giò lên cổ. Đang cười khoái chí, thằng Thọ ngưng lại, lượm chiếc dép của con bán bánh mì lên giọng lo ngại

- Chết cha. Lỡ mai hắn trở lại kiếm chiếc dép này rồi vô méc ba tao hay ôn mi là bị đòn mi ơi.

Thằng Cọp trấn an

- Để tao cất vô nhà.Nó khỏi kiếm được đi.

- Rồi lỡ ôn mi thấy hỏi thì răng?

Thằng Cọp ngần ngừ một chút, rồi cầm chiếc dép đến bên cái ao cạn đầy rác và muỗi gần đó rồi quăng xuống. Xong. Có trời mới biết.

Thằng Thọ gật gù khen: mi giỏi thiệt.

***

Đã mấy ngày rồi không thấy con bán bánh mì tới kiếm chiếc dép và cũng không thấy nó rao bán qua xóm nhà của Cọp và Thọ nữa làm cả hai thằng đều thắc mắc và ái ngại, nhất là thằng Cọp.

Bẵng thêm vài ngày nữa, bỗng giữa một đêm mưa rả rích, thằng Cọp mừng khấp khởi khi lại nghe tiếng rao lảnh lót trộn trong tiếng mưa rơi

" Bánh mì đây. Bánh mì nóng đây"

" Aaiììi mua bánh mì không?"

Vẫn tiếng ai kéo dài của con bán bánh mì làm thằng Cọp bỗng thấy nao nao trong dạ. Nó nhìn ra ngoài trời đang mưa rỉ rả. Thỉnh thoảng vài cơn gió mạnh rít lên dữ tợn luồn dưới mái tôn làm rung chuyển cả mái nhà. Chắc có bão đâu đó nên mới có gió mạnh như vậy. Đang ở trong nhà mà thằng Cọp còn cảm thấy lạnh, mà ngoài kia con bé bán bánh mì đêm đang đội mưa đón gió…

Cọp nhìn ông nội nằn nì

- Ôn ơi con muốn ăn bánh mì.

Ông nội Cọp ngạc nhiên. Đây là lần đầu tiên Cọp đòi ăn đêm. Đúng lúc đó, bà nội cũng lên tiếng

- Con cái nhà ai giờ chừ mưa gió như ri mà còn đi bán.Tội quá. Kêu vô mua mấy ổ giùm nó đi ôn.

Ông nội Cọp không nói gì, đứng dậy kiếm cây dù và cái đèn pin mở cửa bước ra. Đợi tiếng rao tới thật gần, ôn gọi

- Bánh mì, vô đây mua.

Con bán bánh mì dừng lại hỏi câu thường lệ của nó

- Nhà mô rứa? Nhà mô kêu bánh mì rứa?

Ông nội Cọp căng cái dù lên, bật đèn pin rọi về phía trước và bước ra đón.

Con bán bánh mì đã thấy ông nội Cọp với ánh đèn pin sáng chói nên nó yên tâm tiến về phía nhà Cọp. Khi ông nội và con bé bước vào, thằng Cọp bỗng thấy hồi hộp. Nó đâu có đói đúng gì mà đòi ăn. Nó cũng như bà nội chỉ muốn mua giùm cho con bán bánh này vài ổ kẻo tội nghiệp. Trời mưa bão như ri nhà người ta đóng kín cổng lo ngủ chứ ai mà ăn bánh mì. Và điều quan trọng hơn hết là tự nhiên thằng Cọp nổi tính tò mò muốn biết con bán bánh mì này là ai.

Con bán bánh mì đêm đã bước vào nhà. Toàn thân nó được bao kín mít bằng chiếc áo tơi và cái nón lá.Sau lưng nó nổi u một cục của cái bao bánh mì.Một cách từ tốn, con bé tháo áo tơi ra trước để xuống góc nhà, và hạ bao bánh mì xuống cạnh bên. Xong rồi nó tháo chiếc nón ra để lên cái áo mưa, dùng cả hai tay vuốt những giọt nước mưa còn đọng trên mặt, từ trước vuốt ra sau, tụm lại mái tóc cho gọn gàng.

Thằng Cọp la lên thất thanh

- Ê Hoa, mi bán bánh mì hả?

Con Hoa bán bánh mì bây giờ mới thấy thằng Cọp ngồi ở góc nhà. Nó cũng kêu lên ngạc nhiên:

- Ủa, Cọp. Mi ở đây à?

Thì ra là con Hoa bạn học chung trường Phú Mỹ mà. Cọp học lớp Nhì B con trai, còn con Hoa Nhì A con gái. Không chung lớp nên tụi nó chỉ biết nhau sơ sơ. Cọp là con trai đâu chịu chơi với con gái!

***

Có ai đó nói rằng Huế là của quá khứ, không phải là hiện tại và càng không thể là tương lai. Hôm nay Cọp ngồi một mình trong quán vắng này để vọng về quá khứ đó.

Bên ngoài trời vẫn đổ mưa, như là cơn mưa chưa bao giờ ngừng từ cái đêm con Hoa vô bán bánh mì ở nhà Cọp. Đêm đó sau khi con Hoa bước ra, ông nội Cọp lấy cái ly bỏ sữa đặc để Cọp chấm ăn với bánh mì. Đây là món khoái khẩu của Cọp. Vậy mà hôm đó Cọp ngồi thần thờ không nuốt nổi miếng nào. Cọp ráng lắng tai nghe tiếng con Hoa hòa lẫn cùng tiếng mưa *"Aaìi mua bánh mì không?"* mà nghe như tiếng nó đang réo rắt *"Aiii mua bánh mì giùm con…mua giùm con. Trời mưa quá."* Cọp cầu sao nghe được tiếng con Hoa dừng lại hỏi *" Nhà mô? Nhà mô kêu bánh mì rứa?"*… Không biết con Hoa có phải bán hết bánh mì rồi mới được về nhà? Cọp tiếc là hồi nãy không nói ông nội mua hết giùm nó. Thằng Cọp ngồi thẫn thờ. Miếng bánh mì lúc mới bẻ ra còn nóng hổi bốc khói nay đã lạnh ngắt. Vài chú ruồi đêm đánh hơi mùi sữa bay lại đậu trên vành ly chờ cơ hội nhào xuống Cọp cũng không buồn để ý. Cọp chỉ thấy lờ mờ đôi bàn chân gầy guộc của con Hoa mang hai chiếc dép khác nhau xiêu vẹo trên con đường lầy lội, và tiếng rao của nó nhỏ dần… nhỏ dần. Bỗng nhiên Cọp thấy buồn quá. Thiệt là buồn.

Những ngày sau đó gặp nhau trong trường thằng Cọp cứ lén nhìn xuống chân con Hoa và thấy nó vẫn còn đeo hai chiếc dép khác nhau. Té ra con Hoa nghèo quá chưa đủ tiền mua đôi dép khác lại càng làm Cọp bứt rứt thêm. Cọp ước chi con Hoa là con trai. Cọp có nhiều dép dư lắm. Dép nó chưa kịp mòn thì ba mạ Cọp đã mua cho đôi khác. Ông nội Cọp thấy tiếc nên giữ lại những đôi cũ nhưng vẫn còn tốt chán. Cọp sẽ cho con Hoa một đôi. Nhưng nó là con gái thì đời nào chịu mang dép con trai? Mà nếu Cọp hỏi mua dép con gái, ai hỏi Cọp biết trả lời răng? Dị chết.

Cứ vậy mà mỗi ngày đến giờ ra chơi là thằng Cọp lại nhìn chân con Hoa. Ngày lại ngày qua, con Hoa vẫn hai chiếc dép khác màu mà thằng Cọp vẫn chưa nghĩ ra được cách nào để đền cho Hoa đôi khác.

Rồi tết đến. Tết Mậu Thân 1968.

Ba Cọp quyết định đưa gia đình nó vào Sài Gòn sinh sống. Cọp phải ra đi trước khi có cơ hội đền cho

Hoa đôi dép. Lời xin lỗi mà Cọp ấp ủ đã không còn dịp để nói ra!

…

Bây giờ cũng sắp Tết. Cái Tết năm 1998.

Ba mươi năm đã trôi qua…

Cọp về làm khách phương xa ngay trên quê hương của mình. Rời đất Thần Kinh từ năm ấy, Cọp chưa lần nào có dịp trở lại. Vận nước đổi thay đã đẩy đưa Cọp đi thật xa, qua tận bên kia bờ đại dương.

Vài năm trước đây, gặp lại Thọ tại Cali, mừng mừng tủi tủi, Thọ đã kể lại cuộc đời buồn thảm của Hoa.

Thọ sau này cũng biết con nhỏ bán bánh mì bị dọa ma chính là Hoa. Nhưng nó hoàn toàn vô tâm không để ý chuyện chiếc dép.

Sau Mậu Thân, khi mọi chuyện đã yên, thằng Thọ, con Hoa và bao đứa trẻ khác cũng trở lại trường. Tới khi Thọ đậu đệ thất trường Quốc Học, nhưng Hoa đã không vào được Đồng Khánh như ước mơ. Thọ và Hoa không gặp nhau từ đó. Bẵng đi một thời gian khá lâu sau, Thọ tình cờ gặp một người quen cho biết Hoa không có chồng mà lại có một đứa con gái. Cuộc sống nghèo khổ cùng cực đến nỗi Hoa mang bệnh nặng, không tiền thuốc thang nên đã chết rồi. Đứa con nó lúc đó mới khoảng hai tuổi, mạ chết, ba không có, không biết lưu lạc về đâu.

Cọp bùi ngùi nghe Thọ kể. Thực ra thì Hoa và Cọp cũng không phải là bạn thân thiết gì để mà tiếc nuối. Nhưng đã từ lâu, hình ảnh con Hoa mang hai chiếc dép khác nhau với túi bánh mì giữa một đêm mưa không hề phai nhạt trong tâm trí của Cọp. Mỗi lần cầm ổ bánh mì nóng hổi nào trong tay là ký ức Cọp như tự động quay lại khúc phim năm xưa…

Đêm nay trời cũng mưa.

Cọp trở về xóm cũ để tìm lại ngày xưa, nhưng ngày xưa đâu còn nữa! Và người xưa cũng không thấy ai. Nó lang thang quanh quẩn trên con đường quen thuộc của quãng đời ấu thơ mà thấy như đang lạc loài ở một nơi xa lạ. Còn gì nữa đâu! Những bãi cỏ xanh mướt hai bên đường, những vườn cây đầy trái, những giàn bông Cần đỏ rực… tất cả chỉ còn là quá khứ. Thay thế vào đó là những ngôi nhà sát rịt nhau, hàng quán chi chít. Cọp lang thang quanh quẩn ở đây từ sáng đến tối, chỉ mong được nghe một tiếng "Cọp" của một người quen biết nào đó còn sót lại, nhưng vẫn chưa ai.

Cọp chọn quán này để ngồi đêm cuối cùng ở đây. Theo Cọp thầm tính thì nơi đây chính là cái ao cạn mà ngày xưa Cọp một lần nhẫn tâm quăng chiếc dép con Hoa xuống. Thời gian có thể làm kỷ niệm nhạt phai, nhưng sao vẫn không xoá đi được một lỗi lầm nhỏ của thời non dại.

…

" Vé số đây. Vé số đây. Aaìii mua vé số không"

Đang bâng khuâng thả hồn về dĩ vãng, Cọp giật mình vì tiếng rao bán vé số. Cái tiếng *aì* kéo dài thành tiếng *ải* nghe thật là quen thuộc. Cọp nhìn ra phía ngoài thấy có một con bé toàn thân kín mít trong tấm áo mưa và chiếc nón lá, nhưng bàn tay nhỏ bé đang chìa ra khỏi áo cầm một cọc vé số dược bao kín bằng bao nylon, phất qua phất lại chào mời. Như có gì thúc đẩy, Cọp đưa tay gọi con bé vào.

Nghe tiếng gọi, con bé mừng lắm quày quả bước tới. Trước hết nó tháo cái áo mưa thả xuống nền, bỏ nón lá xuống, và lấy cả hai tay vuốt hết những giọt nước mưa trên mặt rồi kéo cả đôi tay ra phía sau túm mái tóc lại cho gọn. Cọp suýt nữa kêu lên. Ngày xưa con Hoa khi vào nhà nó bán bánh mì cũng làm những động tác như cô bé này. Và khi nó tiến lại gần thì, trời ơi, hình như là nó giống con Hoa lắm! Cọp nói "*hình như*" bởi vì đã ba mươi năm rồi, ký ức dù sao cũng đã nhạt phai.

Cọp ra dấu cho con bé ngồi xuống.

- Con còn nhiều vé số không?

- Chừng ni. Con bé đưa hết cả bọc cho Cọp.- Mai xổ rồi chú. Dễ trúng lắm.

Cọp đang bồi hồi trong dạ cũng suýt bật cười.

- Mai xổ rứa con nhắm bán hết không?

Khuôn mặt nó có vẻ đăm chiêu, thở nhẹ

- Chắc là không mô chú ơi. Dạo ni cái chi cũng ế ẩm…

- Vậy chú mua hết số vé này… được không?

- Dạ được chớ -nó hí hửng- Cám ơn chú.

- Nhưng mà chú hỏi con mấy điều này con phải trả lời thiệt nghe?

Nó có vẻ chần chừ

- Dạ… được.

Cọp thấy gương mặt con bé xịu xuống như sợ Cọp sẽ không mua hết vé số nếu nó không trả lời được, làm Cọp thấy bất nhẫn, vội vàng trấn an

- Thôi, coi như chú mua hết rồi đó. Chừ con biết thì trả lời. Không thì thôi.

- Dạ. Chú hỏi chi? Con bé nói như reo, sợ Cọp đổi ý.

- Con tên chi? Mấy tuổi?

- Tên Hường. Mười tuổi.

- Rứa mạ con tên chi? Cọp hồi hộp chờ.

- Con không biết!

Câu trả lời làm Cọp thất vọng. Tại sao nó không biết? Nhìn mặt nó buồn buồn như có điều chi tâm sự.

- Con 10 tuổi rồi mà không biết tên mạ con à?

Hường mắt đỏ hoe ngập ngừng

- Con nói thiệt… Mạ con chết rồi, lúc con còn nhỏ nên con không biết tên mạ con.

Cọp bỗng thấy hối hận, khi không lại khơi dậy nỗi buồn của con bé .

- Còn ba con mô?

- Con không có ba. Con chỉ nhớ là mình có mạ thôi.

Cọp hỏi thêm:

- Mạ con làm răng mà chết?

- Họ nói là mạ con nghèo quá, không có tiền mua thuốc nên bịnh chết.

Có thể nào đây là một sự trùng hợp không? Con bé này tên là Hường, cái tên mà Cọp cảm thấy có một sự liền lạc với tên Hoa. Hoa Hường. Nó không có ba, và mạ nó nghèo bịnh không có tiền thuốc men mà chết.

Cọp buột miệng hỏi:

- Có phải mạ con tên Hoa không?

Hường ngơ ngác:

- Con không biết. Mà răng chú nói mạ con tên Hoa?

Cọp chưa kịp trả lời, con bé đã vội vàng đứng dậy.

- Chú ơi con phải về, không thôi trễ giờ họ đóng cửa. Cám ơn chú.

Nói xong nó lấy nắm tiền của Cọp đưa không kịp đếm, khoác vội chiếc áo mưa băng mình ra cửa thật mau.

Cọp ngẩn ngơ trông theo và kịp thấy con Hường bị trợt chân ngã sóng soài. Như một phản xạ Cọp la lên.

- Coi chừng Hoa...

Và phóng mình theo. Tới ngang ngưỡng cửa Cọp thấy một chiếc dép của con Hường lúc té bị sút ra. Cọp cầm chiếc dép xỏ vào chân con Hường đang ngồi suýt soa.

- Con có đau không?

Con bé Hường không trả lời. Nó thân thiết dựa vào Cọp và hỏi lại.

- Chú ơi, tại răng chú kêu con là Hoa rứa? Mạ con tên Hoa thiệt hả chú? Chú biết mạ con hả chú?

Cọp lặng thinh. Con Hường nhìn mặt Cọp rồi hỏi

- Răng mà chú khóc?

Cọp chùi mặt

- Không phải mô. Nước mưa đó.

Con Hường bỗng đứng dậy hốt hoảng.

- Chú ơi con phải về. Trễ rồi nhà con họ đóng cửa.

Nó vùng đứng dậy chạy được mấy bước, chợt quay lại nói

- Chú là bạn của mạ con thiệt hả chú? Chú có hình của mạ không? Tối mai chú tới đây nữa cho con coi hình của mạ con nghe chú?

Nó hỏi một hơi và băng mình chạy đi không cho Cọp kịp trả lời một câu nào.

Bóng Hường đã khuất vào màn đêm mà Cọp vẫn đứng bất động.

Mưa vẫn rơi…

Đứa bé này có phải là đứa con mồ côi của Hoa không? Hay nó chỉ là một trong muôn ngàn đứa bé lam lũ kiếm sống khắp nẻo đường quê hương? Cọp nhớ lại lúc xỏ chiếc dép cho con bé Hường, nó thấy một cảm giác rất ấm áp, thân tình. Cọp bỗng thấy tiếc là ngày xưa phải chi Cọp cũng biết cầm chiếc dép trả lại cho con Hoa thì biết đâu chừng mọi sự sẽ khác đi một chút, tốt hơn một chút? Phải chi cái nghèo không đeo đuổi cuộc đời của mạ con Hoa, nếu bé Hường chính là con gái của Hoa. Và, phải chi không hề có cuộc chiến để ba con Hoa không đi lính chết để Hoa không phải đi bán bánh mì mưu sinh lúc tuổi còn thơ. Phải chi Cọp có thể mua vé số cho bé Hường hằng ngày. Phải chi, phải chi…

Suy nghĩ mông lung không làm Cọp quên rằng sớm mai Cọp phải rời Huế trở lại Sài Gòn để kịp chuyến bay về Mỹ. Vợ và con đang chờ Cọp ở Cali.

Chiều mai khi con Hường trở lại đây, chắc là nó sẽ ngồi chờ và thắc mắc cái ông tốt bụng hôm qua đi mô mà lỗi hẹn với nó? Có lẽ hôm sau, rồi hôm sau nữa… nó cũng sẽ tới đây với hy vọng thấy được hình và nghe chuyện của mạ nó. Không biết là nó sẽ chờ đến bao lâu, vì không ai nói cho nó biết rằng cái ông đó bây giờ đã ở xa, xa lắm…

"Xin lỗi Hoa - Xin lỗi Hường". ■

ĐÒ XƯA

- T hằng đang bơi, qua bên ni chị nhờ chút.

Đang bơi thỏa thuê trên sông, Cọp nghe tiếng gọi từ con đò đang đậu gần đó và thấy chị Lành đang đứng đầu mũi đưa tay ngoắc.

Cọp biết đây là đò bán chè của chị Hiền và chị Lành. Hai người tuy ở chung đò nhưng không phải là chị em vì rất khác nhau. Chị Hiền lớn hơn chị Lành vài tuổi, cao và có nước da ngăm ngăm, giọng chị mang âm hưởng Quảng Nam, trong khi chị Lành thấp và trắng hơn, nói đặc giọng Huế.

Lý do nào hai cô gái không phải chị em thân thuộc, không cùng quê quán lại cùng chung sống trên một chiếc đò thì Cọp không biết, và không cần biết. Cọp chỉ biết rằng mấy tháng trước hai chị cùng chèo đò tới cập bến tại đây để bảng bán chè. Ban ngày hai chị chèo đò bán dạo ở đâu không biết, chiều thường trở về bến ở xóm Chùa Bà nhà Cọp nấu cơm ăn, giặt giũ. Tối đến hai chị lại chèo đi bán chè dạo trên sông.

Cọp biết tên chị Hiền, chị Lành vì thỉnh thoảng nghe người ta gọi chè hai chị từ trên bờ, nhưng họ không biết Cọp là ai. Buổi chiều Cọp thường ra bơi sông gần chỗ hai chị neo đò nhưng chưa mua chè hai chị nên chưa quen nhau.

Cọp bơi lại gần và thấy chị Lành đang đứng kiễng chân ở mũi đò cầm cái sào khá dài cố vớt cái quần đen đang dần trôi xa ra khỏi tầm với của chị. Quần áo mấy chị giặt phơi bị gió thổi xuống sông đây. Không chần chờ, Cọp bơi qua lấy cái quần đưa lại. Chị Lành mừng quá, hỏi rối rít,

- Cám ơn cu hí. Cu tên chi?

- Tên Cọp.

Chị Lành cười

- Ui cha tên chi mà dữ rứa? Nhưng thấy cu hiền khô dễ thương ghê.

- Ai rứa? Có tiếng chị Hiền từ bên trong.

- Cái quần Mỹ Á mới may bị gió xuống sông may nhờ thằng cu ni bơi vớt lên chơ không là trôi mất rồi.

- May chưa tề! Kêu hắn lên cho hắn chén chè.

- Ừ hí, em quên. Cu lên đò chị cho chè ăn nì. Cu chi? Cọp phải không? Cọp lên đây chị múc chè ăn. Không tính tiền mô.

Nghe nói được cho chè, Cọp thích lắm, nhưng đành chịu, ngượng nghịu lắc đầu.

Chị Lành hiểu ngay khi nhìn Cọp qua dòng nước, cười nói vào bên trong

- Hắn lên không được mô Hiền ơi. Hắn đang bơi ở lỗ. Hắn dị, hí hí!

- Bày đặt. Con nít con nôi ai thèm dòm mà dị!

Chè thì thích thiệt, nhưng làm sao dám tồng ngồng lên gặp hai chị. Cọp quảy mình bơi lẹ ra sông, và nghe tiếng chị Lành với theo,

- Ngày mai Cu mặc quần rồi lên đò chị ăn chè nghe.

***

Hôm sau Cọp đã chuẩn bị nên bơi... có mặc quần đàng hoàng và lên đò chị Hiền chị Lành làm một bụng chè.

Kể từ hôm đó Cọp trở nên quen thân với cả hai chị. Không cần vớt quần vớt áo chi cả, Cọp khi nào cũng được ăn chè không tốn tiền. Không phải chỉ chè mà thôi, chị Hiền chị Lành thỉnh thoảng kêu bún bò hay cơm Hến vô ăn cũng đều để dành cho Cọp một tô...

Một bữa Cọp bơi đến con đò và thấy chị Lành ngồi một mình thọc hai chân xuống nước. Cọp mon men bơi lại nhưng không leo lên đò như mọi khi mà chỉ đứng dưới.

Đang nói chuyện Cọp để ý chị Lành xắn chiếc quần đen đang mặc lên tới tận đầu gối, thòng cả hai cái chân xuống đong đưa vọc nước. Cọp cứ nhìn sững đôi chân đến nỗi chị Lành ngạc nhiên hỏi,

-Mi nhìn chi dưới nước?

Cọp bẽn lẽn nói nó nhìn hai cái chưn chị đong đưa như vậy giống như hai con cá đang lượn đùa nhau.

- Hi hi. Thằng ni tưởng tượng ghê hí. Ừ, chừ cho hai con cá bơi đua nghe.

Nói xong, chị phát ra miệng mấy tiếng kêu "ron- ron- ron..." như tiếng xe máy đang rú ga. Bên dưới chị dùng chưn trái lượn qua qua lượn lại rất lả lướt. Chưn phải cũng lượn rượt theo liền phía sau. Hết bên trái tới bên phải, cứ như vậy chị cho hai con cá đuổi nhau thật sôi động. Thỉnh thoảng một con hứng chí bay lên khỏi mặt nước, con kia cũng bay theo lên liền không chịu kém.

Thằng Cọp thích quá hò reo hưởng ứng. Chị Lành nghĩ ra trò đua cá thiệt hấp dẫn.

Bỗng nhiên chị Lành cho con cá chưn trái chậm lại để cá chưn phải bắt kịp. Chị xoè ngón chân cái và ngón trỏ ngoạm một cái ngay gót chân, rồi la lên

- Bắt được mi rồi. Bắt được mi rồi…

Xong chị lấy ngón chưn cái của con cá sau in một cái vô con cá trước và nói tiếp:

- Bắt được rồi cho hun một cái.

Thằng Cọp cười ngặt nghẽo nhìn chị Lành đạo diễn màn đua cá, nhất là màn cuối bắt được rồi cho hun một cái.

Chị Lành nhìn Cọp nói

- Chừ tau với mi chơi. Tau bơi, còn mi đuổi theo nghe chưa. Cho mi dùng tay làm cá đó.

Cọp chịu. Chị Lành co một chưn lên bờ, chưn kia vẫn để dưới nước và bắt đầu rà tới rà lui. Miệng chị vẫn "ron-ron-ron" rú ga giống như hồi nãy đầy vẻ thách thức. Cọp đâu chịu kém. Nó cũng "ron-ron-ron" rú ga giống như chị Lành, và nhanh như chớp bất thần cả hai tay chụp xuống dưới nước. Chưa kịp chuẩn bị và không ngờ Cọp mới chịu là…làm liền, nên con cá Lành bị chụp cứng ngắc không kịp phản ứng.

Chị la bai bải

- Ăn gian! Thằng ni ăn gian. Tau chưa chuẩn bị. Mà mi không được dùng hai tay. Tau một con mi cũng một con thôi. Chừ bắt đầu lại.

Trò chơi lại bắt đầu. Lần này chị Lành đã chuẩn bị, và Cọp chỉ được dùng một tay nên cuộc đua sôi nổi hào hứng hơn. Mỗi lần Cọp chụp hụt là chị Lành lại cười ré lên khoái chí. Nhưng sau nhiều lần chỉ vồ nước sông, Cọp đã nghĩ ra cách chụp cá. Nó không nhắm bàn chưn chị Lành nữa mà nhè ngay... đầu gối chị để chụp. Chỗ này thì dính chắc vì chị đâu có di động được. Từ đầu gối, mặc cho chị Lành vùng vẫy dữ dội Cọp vẫn cứ bám lấy và lần mò theo bắp chưn của chị xuống phía dưới cho đến khi nắm được bàn chưn con cá Lành là chị hết đường cục cựa. Chị Lành cười nắc nẻ,

- Mi chơi ăn gian, nhưng mà thôi, cho mi thắng đó. Chừ bắt được rồi cũng hun một cái.

Cọp đang ngơ ngác, chị Lành co chân lên khỏi mặt nước lúc lắc ngón chân cái. Hiểu ý, Cọp bắt chước như hồi nãy dùng ngón tay ịn vô chưn của chị để...hun một cái. Cả hai cười như nắc nẻ khoái chí.

Đang cười, chị Lành bỗng ngưng lại, nhìn Cọp hỏi,

- Mi thấy chưn tau đẹp không?

Nói xong chị đưa cái chưn tới sát ngay mặt. Như phản xạ tự nhiên, Cọp dùng cả hai tay bưng chưn chị Lành rồi ngơ ngẩn nhìn. Một tay Cọp đỡ ngay gót, tay kia vân vê những ngón chưn. Cọp nhận ra chưn của chị Lành trắng phau phau. Bàn chưn của chị nhỏ nhắn nhưng đầy đặn không một sợi gân. Đẹp nhứt là năm ngón e ấp tụm lại với nhau chứ không xòe ra như cánh quạt của hầu hết những người khác mà Cọp thấy. Điều đặc biệt là gót chưn của chị tròn lẳn, không một vết nứt nẻ nào. Cọp chưa từng thấy ai có bàn chưn đẹp như ri.

Bỗng nhiên Cọp thấy thèm một cây cà-rem, cây cà rem đậu xanh Cọp thích nhứt, giữa buổi trưa hè... Nó đau đáu nhìn những giọt nước từ bàn chưn chị Lành tụ lại ở đầu ngón và rơi xuống sông, tưởng tượng cây cà-rem...

Cọp thèm một cây cà rem chi lạ!

- Chưn tau đẹp không?

Tiếng chị Lành lặp lại. Cọp thẫn thờ gật đầu.

- Mi thích không?

Cọp lại gật đầu.

- Thích thì… cho hun một cái đó.

Hồn vía Cọp lúc nầy như đã bị ma hớp hồn. Nó lấy ngón tay tính đặt vào ngón chưn của chị để hun như lúc nãy, nhưng chị Lành gạt ra và nói

- Không phải hun rứa. Hun thiệt. Hun bằng miệng.

Chị Lành nói xong đưa chưn tới sát ngay trước mặt Cọp.

Cây cà rem đậu xanh sữa nhúc nhích, nhúc nhích. Cọp nhìn chị Lành thấy chị vừa cười vừa gật gật đầu. Nó mân mê cái chưn trắng ngồn ngộn của chị Lành trong tay, rồi bỗng nhiên như có một sức mạnh nào thúc đẩy, nó đưa mũi tới sát và hít một hơi thiệt mạnh. Chưa bao giờ Cọp hít mạnh như vậy. Nó có cảm tưởng không phải chỉ bàn chưn, mà cả cái chưn của chị, cả người chị Lành, đang chui tọt vô mũi nó.

Không phải chỉ chị Lành.

Con đò,

Dòng sông,

Cả thế giới chung quanh như đều bị Cọp hít hết cả vào người.

Chị Lành bật cười sằng sặc làm Cọp bừng tỉnh. Nó dị quá, thả vội cái chưn ra và quay mình bỏ chạy.

- Chuyện chi rứa? Tiếng Hiền hỏi từ bên trong.

- Thằng Cọp chớ ai. Tui mới chọc chút mà hắn dị hắn chạy rồi.

- Con khỉ! Hắn còn nhỏ, mi chọc chi rứa?

Tiếng chị Lành cười khanh khách phía sau…

***

Từ giã dòng sông Hương hiền hòa, Cọp rời Huế một sáng trời mưa bay bay, hành trang mang theo là những kỷ niệm.

Kỷ niệm một cái chưn trắng nõn nà của cô gái bán chè trên sông Hương đã cho Cọp cái cảm giác rạo rực đầu tiên trong đời. ∎

Tranh Đinh Trường Chinh

MY LITTLE CÔ GÁI ĐỒ LONG

Có cô gái Đồ Long lắc bầu cua
Lắc một cái ra ba con gà mái
Chung hết tiền, chung hết tiền...

Làm gì mà bạn không một lần được nghe con nít ê a ra rả khắp làng trên xóm dưới mấy câu hát trên, nhất là những lúc tết nhứt chứ? Riêng kẻ viết bài này thì thú thật là nghe và hát nhiều đến độ không còn nhớ nổi bài hát nguyên thủy của nó nữa.

Nhưng sẽ có nhiều bạn thắc mắc "Cô gái Đồ Long" là ai? Tại sao hầu như ai cũng không ít thì nhiều đều nghe nhắc nhở đến cô ta vài lần, không những trong bài hát vui nói trên, mà ngay cả trên địa hạt văn chương, sách báo, văn nghệ, chính trị... cô ta đều có mặt trên khắp bốn vùng chiến thuật. Cô nổi tiếng đến độ mà quí vị con nít khắp nước dù chưa gặp bao giờ cũng cùng nhau đồng ý tôn cô làm cái, ngồi lắc bầu cua là đủ biết.

Vậy cô là ai? Cô là ai?

Nếu bạn là dân để truyện kiếm hiệp đầu giường làm gối như tôi, hoặc là phim bộ trọn đêm như... bà xã ông anh rể tui, thì cô gái đồ long cũng không có gì bí hiểm. Tuy nhiên số lớn các bạn không phải là dân trong nghề, nên tôi tạm mở dấu ngoặc ở đây để bật mí sự tích cô gái đồ long chút xíu.

Cô Gái Đồ Long thực ra là tựa truyện võ hiệp nổi tiếng của tác giả Kim Dung vào thập niên sáu mươi, hay còn gọi là Vô Kỵ - Triệu Minh, là tên hai nhân vật chính. Đồ Long là tên thanh đao sắc bén ai cũng muốn tranh giành trong truyện. Vậy thì các bạn cũng có thể đoán cô gái này tức là Triệu Minh, nhân vật nữ lãng mạn, và dĩ nhiên là phải đẹp như tiên rồi.

Thực ra thì tác giả Kim Dung không hề đặt tên Cô Gái Đồ Long cho bộ kiếm hiệp này. Tựa chính nguyên thủy của nó là "Ỷ THIÊN ĐỒ LONG KÝ" (câu chuyện của thanh kiếm Ỷ Thiên và thanh đao Đồ Long), nhưng khi qua Việt Nam, dịch giả Tiền Phong Từ khánh Phụng thời đó chắc vì quá cảm với nhân vật nữ Triệu Minh trong câu chuyện nên đã đổi tựa thành Cô Gái Đồ Long. Vậy thì tôi phải xác nhận lại rằng Cô Gái Đồ Long là cô gái Việt Nam, không phải xẩm đâu, và nó đã thành một nhân vật truyền khẩu huyền thoại cho đến bây giờ: có cô gái đồ long lắc bầu cua… làng trên xóm dưới mỗi dạo Xuân về.

Mỗi dạo Xuân về, gia đình tôi vẫn có lệ sau khi chúc tết ông bà, cô, dì, chú, bác xong, tiền lì xì rủng rỉnh túi là lũ con nít xúm lại chơi Bầu Cua. Không phải ăn thua gì, chủ yếu là cho lũ nhỏ giữ lại một truyền thống ngày Tết mà cha mẹ chúng những năm thơ ấu lúc còn ở quê nhà đã một thời say mê háo hức. Và tôi để ý bắt đầu từ năm ngoái khi vừa lớn đủ là con gái tôi bao giờ cũng giành làm cái và má cháu phải ngồi cạnh bên… chung tiền. Phần cháu chỉ thích được cầm hộp bầu cua lắc nghe loảng-xoảng, xong rồi, không hiểu do ai chỉ bảo, dõng dạc hô to: "*Cất cái tay*" và khoái chí thấy các nhà con phải tuân theo răm rắp. Cháu chỉ biết tới đó, chứ nếu mà nó vừa lắc vừa hát "*Thiên linh linh, Địa linh linh, nếu có hữu tình, thì hãy nhào dzô...*" mới là đáng ngại. Một lần cháu đang lắc say sưa, tôi ngồi ngoài coi vô tình buột miệng ca "Có cô gái đồ long lắc bầu cua. Lắc một cái ra ba con gà mái..." Không hẹn mà tất cả nhà con chung quanh dồn hết tiền vô một cửa GÀ. Khi con gái tôi giở cái nắp ra thì cả 6,7 cái miệng gào lên như sấm động "Ba con gà!!! Ha ha ha", kể cả vài cái giọng non choẹt tiếng Việt chưa chỉnh mà cũng ráng hét lên góp tiếng nói "Three con Chickens!" Ô hô!!! Cô Gái Đồ Long tý hon nhà tôi mặt mày bí xị nhìn tôi trách móc như vì ba mà… má phải chung tiền mỏi cả tay.

Sang bàn kế, quý vị con nít chưa đặt tiền vội mà đồng loạt quay lại nhìn tôi như chờ ý kiến. Con gái sợ quá nhìn tôi ra lệnh *"Ba, No"*. Thế là tôi phải tảng lờ đi nơi khác chứ lỡ tôi cao hứng ca bậy "Trời mưa em đi bắt CÁ đem về má nấu canh chua", gặp giờ linh thiêng làm sao mà cháu giở ra ba con cá thì thiệt là… quá xá.

Và từ đó tôi gọi con gái tôi là **my little Cô Gái Đồ Long** theo đúng nghĩa nó đã từng lắc bầu cua ra ba con gà mái!

Thí dụ bây giờ có ai hỏi, việc gì trong ngày bạn làm và cảm thấy thích thú nhứt? Chín người thì mười ý, dĩ nhiên. Với tôi, mỗi sáng cầm cái lược chải đầu cho con gái trước khi đi học là một điều thích thú vô cùng.

Hình như cuối năm lớp hai thì phải, tiểu cô gái đồ long của tôi một hôm thỏ thẻ xin ba mẹ được để tóc dài quá vai… cho giống mẹ. Vợ tôi dĩ nhiên đồng ý liền. Có ai mà từ chối con gái muốn giống mình đâu? Thế là chỉ vài tháng sau, cháu đã có mái tóc như ý, còn dài hơn của mẹ nữa. Cháu quý mái tóc của mình lắm. Ban đầu thì cháu ngày ngày tự săn sóc lấy mái tóc trước giờ đi học. Nhưng càng về sau tóc càng dài hơn và cháu còn nhỏ quá để chải cho đúng điệu. Cô gái Đồ Long bèn nhờ mẹ. Tội nghiệp, mẹ Đồ Long thì phải đi làm xa, lái xe cả tiếng mới tới được hãng cho nên dù đã dậy thật sớm nhưng sau khi chuẩn bị đồ ăn sáng cho hai đứa con xong thì phải vội vã ra đi cho trước giờ kẹt xe trên xa lộ nên không có đủ thì giờ chăm sóc mái tóc cho con một cách kỹ lưỡng được. Vậy thì chỉ còn ba Đồ Long tương đối không phải đi làm sớm mới đủ thì giờ nhận lãnh nhiệm vụ to lớn này.

Mỗi sáng, khoảng 5 phút trước khi phải ra khỏi cửa, Tiểu Đồ Long cầm cái lược đưa cho ba, xong rồi là tự động nhảy phoóc vào lòng ngồi chờ chải đầu. Ban đầu thì tôi chỉ chải qua loa miễn sao cháu thấy OK là được. Nhưng sau vài tuần, tôi bắt đầu cảm thấy thích thú. Chải đầu tưởng là một chuyện đơn giản nhất đời đối với phe húi cua, nhưng lại là cả một vấn đề quan trọng đối với cánh phụ nữ, dù là phụ nữ tý hon như Tiểu Đồ Long của tôi. Bạn phải kiên nhẫn ngồi gỡ những cụm tóc rối của cháu trước khi chải nếu không cháu sẽ bị đau đó. Tuy nhiên đó không phải là điều khó. Điều khó là bạn phải điều chỉnh tay sao cho vừa phải, bởi vì sẽ có những cụm rối nằm ở dưới bị che không thấy, và nếu bạn cứ thẳng tay chải mạnh xuống thì sẽ nghe cháu xuýt xoa " ui- da, ui-da…" là cái chắc. Và nếu mà bạn để cho cháu phải ui-da quá nhiều thì sự nghiệp chải đầu cho con gái coi như hưu hỉ. Cháu sẽ lay off bạn đó.

Vậy sau khi đọc xong bài này và bạn bỗng có ý muốn theo tôi chải đầu cho con gái thì phải nhớ những điều sau đây:

Phải chú ý gỡ bỏ những cụm tóc lớn dính vào nhau trước khi chải. Tốt nhất là để cháu ngồi trong lòng khi chải vì thế nào cũng có những cụm rối mà bạn không biết. Khi chiếc lược trong tay bạn chải gần tới chỗ rối, cháu bắt đầu thấy đau và theo phản ứng tự nhiên cháu sẽ nhướng người để giảm bớt đà lược, thì bạn sẽ biết mà dừng lại cho kịp lúc. Để cho cháu phải ui-da nhiều quá là mất job. Vì vậy, khi chải vận tốc vừa phải thôi, nếu không sau vài tiếng ui-da, bạn sẽ thấy một khuôn mặt phụng phịu hờn dỗi quay lại liếc bạn một cái sắc như gươm để...dỗi hờn.

Nếu tóc cháu quá dài thì bạn phải chải hai lần, bắt đầu ở giữa chải xuống trước, xong rồi mới bắt đầu từ trên đỉnh đi xuống. Như vậy sẽ tránh được tình trạng bạn dồn hai ba chỗ rối nhỏ thành một cụm lớn phía dưới và rất khó gỡ.

Đó, bạn thấy chưa, đâu phải dễ!

Bạn có uống cà phê không? Tôi muốn nói là cà phê mỗi buổi sáng đó. Và khi bạn đã uống cà phê mỗi buổi sáng rồi, bỗng dưng có một ngày vì lý do nào đó bạn không có, thì cảm giác của bạn ra sao? Cảm giác thiếu thốn cà phê thế nào thì một ngày không chải đầu cho con của tôi cũng giống như vậy.

Có nhiều người than rằng, nuôi con lớn hồi nào không biết. Tôi thì tôi biết chứ.

Lúc tiểu Đồ Long mới bắt đầu nhờ ba chải tóc, cháu nhảy một cái lên đùi ba gọn lỏn, nhiều khi chải chưa xong đã nhảy xuống chạy chơi chuyện khác. Lớn lên tý nữa, cháu biết kiên nhẫn hơn và biết hợp tác cho ba chải đầu. Thí dụ như chải bên trái xong không cần nói cháu cũng biết xoay sang bên phải chải tiếp. Cháu cao lên nên chân loòng thoòng và nặng nề hơn, dễ bị tuột xuống đất. Và mới đây thôi, cháu đã biết sau khi chải đầu xong, thỉnh thoảng chạy ra trước gương hất mái tóc qua lại, lấy cây lược tự chỉnh trang thêm chút xíu cho thật đúng ý mới được. Trước kia mỗi lần tôi vô ý làm đau đầu, dù ba có xuýt xoa xin lỗi đi nữa cháu cũng phụng phịu dỗi hờn chút đỉnh. Sau này thì khi tôi xin lỗi, cháu chỉ nhẹ nhàng thông cảm "It's OK Dad. Không sao, ba".

Tôi biết con mình đang lớn.

Và tôi tiếc cái ngày nó sẽ lớn đủ để không cần mình chải đầu cho nó nữa. Chỉ hai phút mỗi sáng thôi, nhưng đó là những phút đầm ấm nhứt của một ngày. Trên tay tôi là cây lược, và trước mặt tôi là mái tóc của con. Không còn chi khác nữa. Những gì rắc rối cuả cuộc sống chung quanh tạm thời xếp qua một bên.

Và tôi biết ly cà phê thơm nồng buổi sáng đó sẽ có lúc không còn. Buồn quá, tâm sự cùng mẹ Đồ Long. Nàng vỗ về an ủi: "Ô hay, nuôi con thì nó phải lớn chứ? Nhưng mà dù lớn tới đâu đi nữa thì nó bao giờ cũng chỉ là baby, là little Đồ Long của mình hết. Phải không? *Còn tới lúc nó không nhờ anh chải đầu nữa thì anh... chải đầu cho em mỗi sáng đi làm. OK?*" Hơ!!!, nghe sao quen quen! Hình như lúc đó tôi phải nói lại rằng "*OK, thôi từ nay anh sẽ ngày ngày chải tóc cho bà xã đi làm*".

Ly cà phê sữa đổi thành... cà phê đen. Vị ngọt đắng thì chắc có khác, nhưng mà hương cà phê vẫn là một, và nhất là cũng sẽ làm mình ấm lòng mỗi sáng như nhau.

It's OK. ■

CHUYỆN HAI NGƯỜI BẠN

Suốt những năm trung học, Hào và Hữu là hai thằng bạn nối khố, cặp bài trùng. Họ thân nhau ngay từ ngày đầu tiên ngồi cạnh nhau, và bao giờ cũng sát cánh suốt bảy năm trời mài ghế nhà trường.

Sau khi cùng đỗ Tú Tài tốt nghiệp trung học, Hào ghi danh vào Luật Khoa như dự định. Tưởng bạn sẽ theo mình, hay ít ra cũng tiếp tục đường học vấn, nhưng không, Hữu cho biết hắn sẽ xin vào Hải Quân, thực hiện mộng hải hồ. Hào ngạc nhiên khi nghe hắn nói. Tương lai, gia đình, và bè bạn không đủ cầm chân hắn. Hữu cho biết hắn đã suy nghĩ kỹ. Hải Quân là nơi thích hợp nhất, vừa đáp lại lời kêu gọi của núi sông, vừa là dịp cho hắn được đi khắp miền quê hương gấm vóc.

Năm đầu ở Luật Khoa buồn nản. Hào cảm thấy thiếu vắng tình bạn thân thiết. Hữu ra đi biền biệt, thỉnh thoảng chỉ gửi cho Hào một tấm thiệp nhỏ, cho biết từng địa danh hắn đã đi qua… Anh cảm thấy phục bạn mình hơn bao giờ.

Mặc cảm hèn yếu theo đuổi Hào ngày mỗi lớn. Khi anh có ý định ra đi như Hữu, thì Mai xuất hiện trong cuộc đời chàng. Những ánh mắt gặp nhau trong giảng đường, những ly nước dừa tươi của con đường Duy Tân cây dài bóng mát đã mang đến cho Hào một luồng gió mới. Buổi hò hẹn hò trong thư viện, từng vòng tay ôm, nụ hôn vội vàng, đã cầm chân Hào trở lại. Anh tạm quên ý hướng ra đi, tạm quên Hữu để phiêu lưu trong tình yêu đầu đời.

***

Hữu trở lại Sài Gòn lần đầu tiên sau một năm trời xa vắng, đến tìm Hào tại trường. Hắn thay đổi hẳn, mái tóc cắt ngắn, da đen sạm, khỏe mạnh trong bộ quân phục màu xanh nước biển. Chỉ có ánh mắt tinh nghịch và phong cách cởi mở là không thay đổi. Một lần nữa Hào lại cảm thấy mình nhỏ đi trước bạn. Không để anh suy nghĩ lâu hơn, Hữu vỗ vai Hào thân mật:

- Đi mày, ra làm vài chai băm ba với tau rồi nói chuyện sau.

Hào vui vẻ theo Hữu ra khỏi trường, quên luôn giờ hẹn với Mai ở thư viện.

Hữu đang ở Vũng Tàu nên hắn về Sài Gòn đều đặn hơn. Gặp Hào, hắn nói là phép, thỉnh thoảng lại mỉm cười bí mật: tao "dù" về chơi. Hào giới thiệu Mai với Hữu. Nhưng những cuộc đi chơi tay ba không mấy thú vị. Hào nhận thấy bạn mình không được vui vẻ cởi mở như trước nữa. Có thể hắn thấy sự hiện diện của Mai chia xẻ tình thân của Hào. Cũng có thể hắn thấy lẻ loi. Hào biết bạn mình đang trống vắng. Đời sống quân ngũ với thời gian ít ỏi đã không cho hắn những cơ hội gặp gỡ. Anh đem cảm nghĩ mình bàn lại với Mai, nhờ nàng giúp đỡ.

Như dự định, lần sau đó khi Hữu về Sài Gòn, Mai đã đến với một người con gái khác, Vân, cô em họ của nàng để giới thiệu với Hữu. Họ tổ chức một cuộc picnic tại Thủ Đức. Buổi đi chơi xa có lẽ mang lại kết quả tốt. Hào và Mai cố ý tách ra để hai người được tự do. Vân thật hiền và ít nói. Nàng chỉ chăm chú nghe và hưởng ứng những chuyện Hữu kể về những chuyến đi biển và phong tục đặc biệt từng địa phương hắn ghé qua.

Qua mấy lần gặp gỡ, thấy bạn không có dấu hiệu gì tiến triển, Hào hỏi cảm nghĩ của Hữu về Vân.

- Vân đẹp và dễ thương ghê.

- Vậy mày… thấy sao?

Hắn tỉnh bơ:

- Tao nhận Vân làm em gái rồi.

Hào sững sờ.

Ban đầu chàng tưởng bạn mình giở trò "em gái hậu phương" để tô điểm cho cuộc tình. Nhưng anh lầm. Hữu thật tình coi Vân như em. Hào buồn bã kể cho Mai và nhờ nàng kiếm giùm một người khác.

Cơ hội thứ hai không thể đến. Hữu được lệnh nhổ neo ra một vùng nào đó ở miền Trung. Hắn nói lần này ra đi sẽ rất lâu, chưa biết khi nào trở về. Hào, Mai và Vân lặng lẽ tiễn đưa Hữu rời bến.

Đó là lần cuối cùng hai người gặp nhau.

Hào ra đi bất ngờ như tiếng gọi của định mệnh. Từng khối người chen chúc trên con tàu già nua từ từ rời cảng Sài Gòn. Hào phóng mình bơi theo và leo lên như một mãnh lực huyền bí nào đó đã khiến anh quên tất cả.

***

Sài Gòn 1981

Anh thân mến,

Chỉ còn vài tiếng nữa là bắt đầu một năm mới. Pháo đang nổ báo hiệu cho tất cả mọi người, già cũng như trẻ, trai hay gái, nghèo hèn hay sang cả, đều được thăng thưởng thêm một tuổi. Có lẽ đây là điều công bằng nhất của thượng đế. Giữa giây phút thiêng liêng của đất trời này, em lại nhớ anh.

Anh ơi, em mới đi thăm ba ở ngoài Bắc. Mẹ đau nặng và đã yếu nên năm nay Mai đi thay. Cả đi lẫn về mất gần một tháng. Nghĩ lại còn rùng mình thấy sợ. Nếu không may mắn có anh Hữu đi cùng chắc em chết mất. Ba anh ấy cùng ở một chỗ với ba em nên tụi em đi chung. Lần đầu tiên trong đời Mai đi xa như vậy, và có đi mới biết được thế nào là thân gái dặm trường. Em chỉ còn nhớ khi tàu ra tới Huế là kiệt lực, không biết gì nữa. Mọi việc anh Hữu lo liệu hết. Em đã mệt ngất nhiều lần. Mỗi lần tỉnh lại thấy gói quà cho ba vẫn còn bên cạnh mới yên tâm, rồi lại thiếp đi. Hình như sau khi xuống sân ga, tụi Mai đã đi xe hàng, đi xe, đi bộ...và có lúc anh Hữu phải cõng Mai nữa. Tội nghiệp anh Hữu. Mỗi khi nghĩ lại cảnh đó Mai chỉ muốn khóc.

Không biết mình còn phải xa nhau đến bao giờ hả anh? Kìa pháo nổ lớn, nhiều lắm! Giao thừa rồi! Mẹ đang cúng ông bà, riêng em nhớ anh muốn khóc đây. Chờ em nhé anh. Mình nhứt định sẽ gặp lại nhau.

Chúc anh một năm mới như ý.

Mai.

Hào gấp lá thư lại, thở dài. Anh đọc mãi câu cuối "... chờ em" mà tưởng như tiếng nàng vang vọng bên tai. Mai ơi, năm, sáu năm rồi anh vẫn chờ, nhưng liệu chúng ta sẽ còn chịu đựng được bao lâu nữa?

Ngẩng đầu lên, chàng nhìn lại Vân, người con gái đã ở cạnh chàng gần hai năm qua.

Ngày gặp Vân thật bất ngờ khi hội nhà thờ địa phương nhờ chàng giúp đỡ phiên dịch cho hai chị em Việt Nam mới được bảo lãnh qua. Nhìn cô gái co ro trong cái lạnh của xứ người, chàng ngờ ngợ nhưng không dám nhận. Chỉ khi Vân ngạc nhiên hỏi "Anh...Hào hả?" chàng mới reo lên mừng rỡ và ôm chầm lấy Vân. Trong một giây, Hào quên mọi người chung quanh, quên Vân là con gái, quên luôn người mới qua chưa quen lối thân mật kiểu Mỹ mà chàng ít nhiều bị ảnh hưởng. Trước mắt chàng không phảI là Vân nữa, mà là những gì chàng bỏ lại sau lưng từ tháng tư năm ấy, là Sài Gòn, là em gái chàng, là Mai, là... tất cả.

Sau khi lo liệu xong mọi việc cho chị em Vân, đời sống của Hào bỗng nhiên khởi sắc. Mỗi tuần Vân đến, và căn phòng độc thân bề bộn đã được chăm sóc gọn ghẽ. Nhà bếp từ lâu vắng lạnh được hâm nóng với những món ăn quen thuộc mà Vân khéo léo chắp nối từ những gia vị của Tàu, Đại Hàn... Hào có cảm tưởng như mình đang sống trong cảnh Bích Câu Kỳ Ngộ mà chàng đã học trong một giờ Việt Văn năm xưa.

Nhưng không hẳn.

Tú Uyên đã xé bức tranh và cưới Giáng Kiều làm vợ. Còn Hào và Vân vẫn còn một khoảng cách ở giữa: Mai. Đã có những lúc Hào muốn quên tất cả để xây dựng hiện tại và tiến tới hạnh phúc tương lai thì những lá thư của Mai từ quê nhà kéo anh trở lại. Những kỷ niệm êm đềm vẫn hiển hiện trước mắt, những lời hẹn ước đằm thắm vẫn còn văng vẳng bên tai anh. Hình ảnh cô sinh viên Luật trẻ trung tươi thắm, theo dòng đời đổi thay đã thành một cô chợ trời lam lũ.

Mai, anh vẫn yêu em nhưng anh không là thánh nhân. Làm sao anh có thể sống mãi với một bóng hình trừu tượng? Nơi đó dù sao em cũng còn một quê hương để yêu, để ghét. Dù sao em cũng còn tình thương của gia đình, bạn bè thân thuộc. Anh ở đây nào có gì ngoài một tấm thân cô độc?

Hào nhìn Vân. Cả năm trời gần gũi mà tình thân không qua một cái nắm tay. Sự quan hệ găng gượng giữa hai người ngày càng làm Hào bứt rứt.

- Anh ăn đi, cơm nguội hết rồi...

Tiếng Vân nhắc nhở cắt đứt giòng tư tưởng. Chàng nâng chén và bắt gặp Vân đang nhìn mình âu yếm. Hào cảm thấy bồi hồi xao xuyến, chỉ muốn bỏ chén xuống, ôm lấy tấm thân nhỏ nhắn kia xiết chặt trong vòng tay.

- Em tốt với anh quá.

Vân cúi đầu thật lâu, và nói dối với chính mình:

- Em... săn sóc anh giùm cho chị Mai thôi.

Hào muốn nổ tung như xác pháo. Nếu anh có thể xẻ mình làm hai để một nửa ở lại chờ Mai thì nửa kia sẽ giao cho Vân để đáp đền duyên tri ngộ.

***

Sài Gòn 1983

Hào thân mến,

Cám ơn thùng quà của mày đã cho tao một mùa Giáng Sinh êm đẹp. Đừng cười bạn hiền. Tao biết tiếng cám ơn giữa tao và mày quả hơi thừa thãi.

Nhưng nếu không như thế, tao biết lý do nào để viết thư này? Mấy lần cầm bút rồi lại buông! Có nhiều điều muốn nói với mày quá, mà sao cứ ngập ngừng. Thôi thì cũng đành nói hết một lần.

Ba tao mất rồi, trước Noel khoảng ba tháng. Khi tao ra tới nơi, chỉ còn nấm mồ hoang lạnh của ông. Tao ở đó một ngày trời, không biết làm gì hơn là đọc kinh cầu nguyện. Chẳng hiểu sao đời tao gặp nhiều bất hạnh. Mẹ tao đã mất năm trước như mày biết. Bây giờ người thân cuối cùng cũng bỏ ra đi. Tự nhiên tao trở thành một thằng không cha mẹ, không luôn cả thân bằng quyến thuộc. Bạn bè cũ đã từng thằng giã biệt. Bà con tao hầu hết ở ngoài Bắc và cũng không liên lạc. Hết cả rồi! Sài Gòn không có gì cho tao lưu luyến, nếu không vì hoàn cảnh của Mai.

Cuộc sống bên này chắc mày đã biết, qua báo chí, qua thư của Mai. Nhưng Hào ạ, mày không thể tưởng tượng được hoàn cảnh thực sự qua những dòng chữ đó đâu! Mai đã thôi bán chợ trời. Bọn họ bố ráp, kiểm kê, tịch thu... và cho Mai đi cải tạo thương nghiệp 7 ngày, nhẹ thôi mà. Bây giờ Mai dọn một hàng trà đá và thuốc lá lẻ ở Bến Xe Miền Đông, gắng gượng qua ngày. Bác gái không làm gì được nữa, chỉ chăm sóc nhà cửa, đau yếu luôn. Tao thì mỗi ngày vẫn chiếc xích lô độ nhật. Một thân một mình dầu sao vẫn dễ chịu hơn. Mỗi sáng, tao tạt ngang qua nhà phụ Mai chở đồ ra bến xe, rồi tà tà kiếm khách. Bữa nào khấm khá thì ghé làm vài ly bia quốc doanh... tối lại đến bến xe giúp Mai dọn về. Cứ thế mỗi ngày mà sống. Thỉnh thoảng ở lại dùng cơm tối với nhà Mai, tìm lại chút hơi ấm gia đình. Bác gái làm tao nhớ mẹ ray rứt.

Hào ạ, tao có lỗi với mày nếu tao yêu Mai không? Thời gian qua tao vẫn cố giúp đỡ Mai giùm mày và hằng đêm vẫn cầu nguyện cho hai người sớm gặp lại. Nhưng Chúa ở cao quá, hay có quá nhiều người cầu nguyện nên chưa tới phiên chúng mình. Càng ngày tao càng cảm thấy số phận tao và Mai có gì ràng buộc lẫn nhau. Từ những lần tiếp tế đồ cho hai ông cụ. Những lần Mai hớt hãi lo buồn khi bị đổi tiền, kiểm kê tài sản. Người con gái yếu ớt cần một sự chở che, an ủi bên cạnh mà mày nào biết. Mày làm sao tưởng tượng được cô sinh viên tươi tắn ngày nào, nay đã héo hon, mòn mỏi, mỗi chiều ngồi trước xe, ôm lấy từng cái ly, từng gói thuốc, bảo vệ di sản cuối cùng của nàng. Hào ơi, trái tim tao cũng không phải bằng đá. Ngày xưa, tình yêu của mày và Mai được tô thắm bằng những buổi chiều công viên, bằng vị ngọt của nước dừa, còn hôm nay tình yêu của tao và Mai chỉ là những lon gạo đong, chan hòa những giọt nước mắt.

Tao biết mày vẫn chưa quên Mai và cố gắng đợi chờ. Tình đầu bao giờ cũng đẹp nhưng không có nghĩa là nó sẽ thành. Dù mày không nói nhưng tao cũng đoán Vân và mày đã yêu nhau rồi, chỉ có Mai là chút vấn vương còn sót lại. Đã đến lúc mình không thể chối bỏ sự thực. Bắt đầu già hết rồi Hào. Mình không thể ôm kỷ niệm mà sống, và để tuổi xuân của Mai và Vân phai tàn theo thời gian. Kỷ niệm dù đẹp cũng chỉ là dĩ vãng, hãy nên nhìn vào thực tại và vươn lên năm lấy tương lai. Vân *là em gái tao, mày nhớ chứ? Và tao sẽ rất vui mừng nếu có thằng em... là mày.*

Những gì cần nói, tao đã nói hết, mong mày hiểu. Dù sao đi nữa tao cũng đợi thơ mày trước khi làm bất cứ chuyện gì. Chúc mày những ngày tháng đẹp.

Hữu .

Hào lặng lẽ châm điếu thuốc và đọc lại lá thư dài của Hữu. Có phải đây là kết cuộc tốt đẹp nhất cho bốn người? Tâm trạng và lời lẽ của Hữu trong thư cũng giống như những gì Hào đang nghĩ và định viết cho Mai. Không ai có thể sống mãi với kỷ niệm mà quên đi hạnh phúc trước mắt. Chàng không thể để cho Vân chờ đợi lâu hơn, mà ngay cả chính chàng cũng không thể chịu đựng được nữa những ngày dài cô độc. Vân ở đây, vẫn mỗi ngày săn sóc chàng với cả trời thương mến, tại sao chàng cứ để một bóng hình khác che khuất con tim?

Và Hữu, cuối cùng rồi hắn cũng tìm được tình yêu, cho dù là tình yêu của từng lon gạo đong chan hòa những giọt nước mắt như hắn nói. Hắn nào có lỗi gì đâu? Hào cảm thấy thông cảm và thương bạn hơn bao giờ hết. Tại sao số phận cứ dành cho anh những ưu đãi, bình yên, rồi trừ lại bằng những mất mát bất hạnh cho Hữu? Dù sao Hào cũng cảm thấy yên tâm và an ủi vì Hữu là người sẽ đưa Mai đi nốt quãng đời còn lại.

***

Đám cưới của Hào và Vân, Hữu gửi mừng một bức cưa lộng rất công phu do chính tay hắn làm lấy. Những miếng gỗ thông mịn màng do chính Hữu cưa và tỉ mỉ ghép lại theo hình con tem đám cưới Việt Nam ngày trước. Trong thư hắn viết: *"Quà cưới của mày cho tao và Mai hậu hĩ quá, làm tao không biết gởi gì cho Vân và mày nữa. Bên đó đầy đủ tất cả, đành gởi tạm cái này gọi là...”*

Hào cảm động trước chân tình của bạn. Hai người là đôi bạn thân nhưng từ lâu Hào biết, trong thâm tâm, Hữu hơn mình về mọi phương diện. Rời ghế nhà trường hắn đã biết chọn cho mình một hướng đi, để rồi sau bao thế sự đổi thay, hắn vẫn luôn luôn đứng vững để sống còn và đùm bọc cho Mai.

Trước đó, trong thiệp cưới của Mai và Hữu gởi cho Hào và Vân, Mai kèm một bức thư ngắn: *“... Em cảm ơn anh đã thông cảm cho hoàn cảnh của chúng ta. Từ nay mọi chuyện anh Hữu sẽ viết thư cho anh. Tâm hồn em bây giờ đã bình yên, không còn cuống quít với kỷ niệm xưa cũ nữa. Em cảm thấy tin tưởng hơn vào cuộc sống mới, và vẫn kính trọng anh là một người bạn thân thiết nhất của cuộc đời. Vân là một người hoàn toàn, anh phải đối xử tốt với nó và đừng chần chờ nữa.”*

* * *

Nhưng dòng đời không bao giờ trôi suôn sẻ. Bên kia bờ đại dương, Hữu và Mai đang sống những ngày hạnh phúc. Đứa con đầu lòng của họ đã được ba tuổi. Ngày Mai khai hoa nở nhụy, Hữu đánh điện tín sang, phong cho Hào-Vân làm cha mẹ đỡ đầu đứa bé. Hào cũng vui mừng không kém. Trong giờ phút thiêng liêng được lên chức “bố” hắn vẫn nhớ đến chàng. Thư từ qua lại đều đặn hơn giữa bốn người.

Niềm sung sướng hãnh diện về đứa con của Hữu và Mai làm Vân lo lắng suy nghĩ. Đã mấy năm chung sống, hai người ân ái mặn nồng như bất cứ cặp vợ chồng nào hạnh phúc nhất trên đời, vẫn không thấy có triệu chứng gì Vân sẽ cho Hào một đứa con.

Nỗi lo lắng của Vân ngày một lớn dù Hào có an ủi và không mấy quan tâm. Anh vẫn quan niệm, con cái là do trời cho, khi có là… tự nhiên sẽ có.

Nhưng Vân lại không nghĩ như vậy. Nàng bắt đầu dò hỏi, tìm tòi qua sách báo, tìm ra những phương pháp và yêu cầu Hào áp dụng khi hai người gần gũi. Thậm chí nàng còn đi lễ chùa để cầu khẩn (mặc dù đây chỉ có chùa… Nhật Bản). Nghĩa là Vân đã cố gắng hết sức, từ khoa học hiện đại cho đến mê tín dị đoan. Vẫn không thấy kết quả.

Bác sĩ cho hay Vân không thể có con. Đám mây đen đầu tiên xuất hiện trong cuộc sống hai người. Cả mấy tuần Vân chẳng thiết ăn uống, chỉ nằm khóc cho số phận. Hào không biết làm cách nào để an ủi vợ. Chàng hiểu nỗi mong ước có con của Vân lớn đến chừng nào. Đến khi giải pháp xin một đứa con nuôi của Hào mới làm Vân nguôi ngoai.

Họ thực hiện ngay ý định.

Những cú phone, thư từ và các thủ tục khác lần lượt qua Hội Cha Mẹ Nuôi, qua Cao Ủy Tỵ Nạn… đã mang bé Hạnh về với gia đình chàng. Vân và Hào được Cao Ủy cho hay, Hạnh là một số ít người còn sống sót trong chuyến tàu vượt biên bị hải tặc tấn công. Cha mẹ bé đều vùi thây dưới biển cả. Cô bé sống trong trại không thân nhân, không rõ gốc tích, và đang chuẩn bị được đưa sang Thụy Sĩ nhờ những bàn tay nhân ái. Hai người cảm thấy thương mến ngay đứa bé mồ côi tội nghiệp, và quyết định mang bé về với gia đình.

Sự hiện diện của bé Hạnh đã mang lại gia đình Hào nguồn sống mới. Vân như hồi sinh.

Ngày đón đứa bé tại phi trường, Hào và Vân đã nắm chặt tay nhau trong niềm thông cảm sâu xa. Cuộc đời cũng không đến nỗi bất công cho lắm. Tại đây, gần mười năm trước hai người đã gặp lại nhau, vượt qua bao thử thách. Nay cũng nơi này, đang mang về cho họ một đứa con từ bên kia bờ biển xa xôi.

Vân đã chuẩn bị đầy đủ tất cả. Một căn phòng riêng cho con, áo ấm, giầy vớ, búp bê…không thiếu món gì. Nàng dạy cho bé Hạnh kêu chàng là "ba", gọi nàng là "mẹ". Mỗi ngày đi làm về, Hào sung sướng khi thấy hai mẹ con quấn quít bên nhau.

Tuy sống trong tình thương yêu của Vân và Hào, hai người thỉnh thoảng bắt gặp bé Hạnh một mình tư lự trong phòng. Bé có một cuốn sổ tay mang theo trong người, hàng ngày vẫn mở ra coi rồi lại buồn thiu muốn khóc, nhưng mỗi khi thấy vợ chồng chàng, nó lại giấu đi. Vân tò mò muốn xem, cuối cùng lại thôi. Hai người đều tin đó là kỷ vật còn lại của cha mẹ ruột nó. Họ phải tôn trọng người đã khuất cũng như sự riêng tư của con. Ngày tháng còn dài để tìm hiểu bé.

Hôm nay tại sao bé Hạnh lại đưa cho Vân coi cuốn sổ tay có tấm hình?

Tấm hình tuy đã nhòe vài chỗ nhưng vẫn rõ ràng một gia đình gồm hai vợ chồng và một đứa con, bé Hạnh.

Hai người ở phía sau, chính là Hữu và Mai.

Hào và Vân run rẩy nhìn sửng tấm hình như không thể tin được sự thật.

Chỉ một thời gian không thư từ, Hào đâu ngờ họ đã vượt biên để đi đến một kết quả bi thảm!

Nước mắt chảy dài trên má. Hào đau đớn không thể thốt ra tiếng nấc…

Chàng như nghe thấy tiếng sóng biển rì rào lẫn trong tiếng cười man rợ của loài dã thú.

Có tiếng la hét cầu cứu!

Tiếng phụ nữ!

Tiếng của Mai.

Hào như thấy Hữu thân yếu thế cô vẫn cố xông lại mong cứu người vợ yêu dấu đang giãy giụa trong bàn tay của loài thú dữ.

Một nhát búa!

Hai nhát búa!

Máu loang lổ!

Một cái đẩy tay tàn bạo đưa người sĩ quan Hải Quân trẻ tuổi năm xưa về với biển khơi. Chuyến hải trình cuối cùng! Hào lại thấy Mai trong phút tuyệt vọng khốn cùng, thoát khỏi bàn tay dã nhân, lao mình xuống dòng nước. Nàng lấy tay che vết thương trên đầu chồng và cùng nhau chìm xuống biển sâu…

Hào đón lấy bé Hạnh từ tay Vân. Đứa con của Hữu và Mai đây. Nó đã từ ngàn dặm tìm đến gia đình chàng mà chàng nào biết. Có phải hồn thiêng của hai người bạn đã đưa đứa con mồ côi của họ về cho vợ chồng chàng nuôi dưỡng?

Hữu và Mai ơi, các bạn hãy yên tâm nhắm mắt. Đây là đứa con của chúng ta. Tôi sẽ thương yêu, đùm bọc nó cho đến khi nên người.

Bé Hạnh nằm yên trong lòng. Nó cũng đang khóc và cảm nhận sự thương yêu vô cùng của cha mẹ.

Ngoài kia, trên bầu trời xanh, trong áng mây chiều lờ lững như đang có Hữu và Mai đứng đó đón nhận lời khấn nguyện của Hào. Họ mỉm cười mãn nguyện, và nương theo làn gió bay về chốn thiên đàng. ■

MẢNH TRỜI NHỎ

Tôi quen chị Châu ngay hôm đầu tiên chị vừa dọn đến.

Hôm đó, khi vừa tan học về, tôi quăng vội tập vở lên bàn và tò mò nhìn một việc kỳ lạ đang xảy ra ở nhà bên cạnh.

Gọi là kỳ lạ vì xóm tôi ở vốn là một khu tạp nhạp. Hầu hết các gia đình ở đây thuộc lớp bình dân lao động. Họ nếu không là quân nhân thì cũng là tài xế taxi, xích lô... Ai nấy đều an phận thủ thường, có mái nhà nghỉ ngơi sau một ngày cực nhọc là đủ. Hình như không ai có ý tưởng (hay khả năng) dọn đi nơi khác. Cho nên, việc căn nhà kế bên đổi chủ đã khiến tôi chú ý theo dõi.

Thấy tôi đứng nhìn, chị Châu tiến lại làm quen:

- Ở đây à?

Tôi gật đầu.

- Tên gì?

- Tuấn.

Chỉ vậy thôi chúng tôi đã quen nhau.

Từ lâu, nhà tôi có lẽ vắng người nhất xóm. Chỉ ba mẹ con thui thủi. Ba tôi vắng nhà luôn vì cuộc sống quân ngũ. Thỉnh thoảng về phép, ông vẫn dắt mẹ con tôi dạo phố, coi hát, và sắm đồ cho anh em tôi. Nhưng những lần phép ngắn ngủi không bù được tháng ngày xa vắng. Từ khi có đủ óc nhận định tôi vẫn thắc mắc và bất bình với sự vắng nhà của ông. Tôi thèm được như thằng Bình ở cuối xóm. Ba nó chạy xích lô máy. Mỗi ngày ông đến đón nó ở trường. Khi xe đến đầu xóm, thằng Bình ngồi trên xe vừa khoác tay vừa la: "Tránh ra! Tránh ra!" để hù tụi tôi, những thằng đi bộ.

Bao nhiêu tình thương tôi dành cho mẹ, nhưng bà lại quá nghiêm khắc. Mặc dù sau này khi lớn lên, tôi hiểu và thông cảm bà phải kiêm thêm nhiệm vụ của ba để dạy dỗ con cái. Nhưng đã lắm lúc tôi vẫn tủi hờn vì bà kèm tôi nghiêm khắc từng tí một, từ việc học hành, đến lời ăn tiếng nói. Do đó, sự hiện diện của chị Châu bên cạnh là một điều hạnh phúc trong quãng đời thơ ấu.

Nhà tôi đã vắng, nhà chị lại càng đơn chiếc hơn, chỉ hai mẹ con. Ba của chị Châu cũng là lính chiến đóng ở miền xa. Vì thế mà cô Ba và mẹ tôi thân nhau lắm, đồng cảnh sinh tình mà.

Năm đó tôi chuẩn bị thi vào lớp đệ thất, bước thử thách đầu tiên của đời học sinh. Còn chị Châu thì học ở Trưng Vương, hơn tôi ba lớp. Mỗi chiều tôi thường qua nhà cô Ba để chị Châu kèm thêm. Thực ra tôi học rất khá và đầy tự tin trong kỳ thi sắp tới. Học thêm chỉ là cái cớ để tôi gặp và nói chuyện với chị Châu mà thôi. Làm xong vài bài toán là tôi có thể nhâm nhi ly chè ngọt lịm chị để dành sẵn, hay có khi vài cái bánh làm ở nhà…rồi thong thả kể cho chị nghe những chuyện vui ở trường và tâm sự vụn. Một lần chị hỏi, "Lớn lên Tuấn sẽ làm gì?"

Tôi đáp không suy nghĩ, "Phi công". Chị suy nghĩ một chút rồi nói "Nếu vậy chắc Tuấn sẽ thành… thi sĩ". Tôi không hiểu tại sao muốn làm phi công lại thành thi sĩ, chỉ cảm thấy sung sướng, vì với tôi lúc bấy giờ, "thi sĩ" là một danh từ lớn, vinh dự lắm rồi.

Tôi đậu vào Võ Trường Toản như ý muốn, mỗi ngày lại ngồi sau xe chị Châu chở đi học. Trưng Vương và Võ Trường Toản chỉ cách nhau chút xíu nên thật tiện. Mỗi buổi trưa sau khi chuẩn bị xong, đợi chị Châu dắt xe ra khỏi nhà là tôi nhảy lên yên sau. Một tay vịn dưới yên, tay kia giữ hai chiếc cặp, hai chị em thơ thới ra đi.

Từ nhà tôi đến trường phải qua một cái cầu. Những khi trời mát mẻ và vắng xe, chị Châu thường lấy đà từ xa để lên dốc. Nhưng khi trời nắng chang chang, thấy chị gò lưng đạp, mồ hôi ướt đẫm cả lưng trông thật tội nghiệp. Tôi đề nghị dừng xe lại bên này dốc, xuống xe đẩy và lon ton chạy theo đến chân cầu bên kia mới lên đi tiếp. Nhưng như vậy cũng không ổn, vì lúc xe cộ đông đảo, tôi chạy theo sau nguy hiểm, chị Châu không chịu. Tôi đề nghị để tôi chở. Thử mấy ngày thấy tôi lên cầu phom phom, tay lái vững vàng, chị Châu mới yên tâm chịu ngồi sau giữ cặp.

Dạo đó chị Châu học lớp chín và đã có mấy anh lớn hơn ở Võ Trường Toản ngắm nghé. Thấy chúng tôi đi chung tưởng là hai chị em, nên đến làm quen với tôi. Khi thì cây cà-rem, khi thì thỏi kẹo kéo…cũng chỉ để hối lộ những câu hỏi, "Chị em tên gì? Học lớp mấy? Nhà ở đâu v..v…" Khi ra về lại cũng có mấy anh khác kè kè theo sau, nói mấy câu gì đó không rõ, chỉ thấy chị Châu thúc sau lưng ra hiệu đạp lẹ lên mà thôi.

Từ năm lên lớp bảy, tôi không đi học với chị Châu nữa vì khác buổi. Mẹ tôi sắm một chiếc xe đạp để tôi đi một mình. Tuy vậy tình thân giữa tôi và chị Châu vẫn không suy giảm mà ngày một đậm đà hơn. Trong nhà chị, ngoài những đặc san Tuổi Ngọc, Hoa Tím…loại dành cho tuổi mới lớn, không hiểu từ đâu mà còn một rừng tiểu thuyết, truyện dịch cho tôi tha hồ nghiền ngẫm. Cho nên, khi những thằng bạn cùng trang lứa với tôi lúc đó chỉ mới dám Mơ Thành Người Quang Trung với Duyên Anh. Say mê những Bồn Lừa, Hưng Mập, Dzũng ĐaKao… thì tôi đã bắt đầu làm quen với các tác giả ướt át hơn nhiều như Hoàng ngọc Tuấn, Nhã Ca v.v…Hay có khi còn thả hồn phiêu bạt cùng Cậu Hoàng Con của ông phi công St Exupéry tới những hành tinh xa lạ.

Có phải vì vậy nên đầu óc tôi sớm nẩy nở! Khi đến tuổi mà tôi và các bạn bắt đầu đổi giọng trở nên ồ ề khó nghe, mặt lấm tấm vài mụn trứng cá, cùng những biến đổi sinh lý thầm kín khác. Chúng tôi bắt đầu trò chơi người lớn. Trò chơi mà biết bao lớp đàn anh đã từng đi qua, ít nhất một lần trong đời.

Mỗi chiều tan học, chúng tôi đứa chiếm một góc, đợi tà áo trắng cô bạn láng giềng Trưng Vương đi ra. Trong khi các bạn tôi ngẩn ngơ trông theo, không một bóng hình nào, thì tôi đã có một người.

Những ngày tháng sau này, tình cảm tôi dành cho chị Châu dần dần thay đổi. Đầu tiên tôi xưng là "Tuấn", không phảii "em" như xưa kia. Khi kêu "chị Châu", tiếng "chị" cũng thật nhỏ như không có. Tôi muốn xoá bỏ hình bóng người chị trong đầu để có thể tiến lên làm một người bạn. Với tôi, tất cả những gì hay đẹp, dịu dàng của người con gái đều có ở chị. Tự hồi nào chị Châu đã chiếm trọn tâm hồn tôi không chừa một kẽ hở. Tôi nhìn các cô gái khác cùng trang lứa với đôi mắt dửng dưng. Và cũng có lúc lắng nghe trái tim ghen hờn, khó chịu khi thấy chị Châu nói chuyện với một người con trai nào khác.

Không hiểu tôi sẽ ôm mối tình si bao lâu, và làm cách nào gỡ thoát nếu không có những biến cố dồn dập làm thay đổi hẳn cuộc sống.

***

Cuối năm 74, khi tình hình chiến sự chưa sôi động lắm, tôi cùng chị Châu hăng hái tham dự trại họp bạn Hướng Đạo toàn quốc tại Tam Bình, Thủ Đức. Tôi chỉ mới là một Kha sinh, chị Châu đã là huynh trưởng Akela của một bầy sói con. Đối với bất cứ Hướng Đạo Sinh nào, tham dự trại họp bạn là điều không thể nào bỏ qua vì đây là dịp ghi lại nhiều kỷ niệm tươi đẹp.

Trong các ngày trại, một sinh hoạt được hầu hết các trại sinh tham gia là màn trao đổi huy hiệu. Đây là một trò chơi có tính cách truyền thống và mang nhiều ý nghĩa nhất. Mỗi trại sinh thủ sẵn một số huy hiệu của đơn vị mình, khi gặp trại viên của đơn vị khác, có thể lại làm quen và đề nghị trao đổi làm kỷ niệm. Phần đông mọi Hướng đạo sinh đều thích tự tay dùng lưỡi lam rạch lấy huy hiệu đã mang trên tay áo bạn, và nếu gặp được những trại viên đến từ miền xa như Huế, Komtum, Cà Mau…thì huy hiệu càng hiếm và quý.

Dĩ nhiên tôi cũng hăng hái tham gia. Một hôm thấy chị Châu từ xa, tôi lại gần nghiêm trang chào theo kiểu Hướng Đạo, làm như chưa bao giờ quen biết.

- Chào chị, tôi là Tuấn, đạo Đông Thành. Huy hiệu chị đẹp quá, tôi muốn trao đổi có được không?

Hơi bất ngờ, nhưng chị dễ dàng hiểu ý:

- À… tên tôi là Châu, đạo Cửu Long. Được chứ anh.

Tiếng "anh" làm tôi choáng váng mặc dù chỉ trong

trò chơi. Sau khi nhường chị rạch trước, tới phiên tôi lúng túng thế nào đã cắt ngang phần áo gần vai đang mang huy hiệu của Châu. Chiếc áo rộng theo gió căng phồng để lộ một phần thân thể. Khoảng da trắng ngần dưới làn áo làm tôi bối rối.

- Tuấn… Tuấn xin lỗi.

Chị Châu cũng đỏ mặt, nhưng nhanh ý xếp chiếc nón đang đội nhét vào cầu vai che lại khoảng áo bị rách và vội vã đi về lều.

- Không sao, tôi còn cái khác. Chào anh.

***

Sau kỳ trại, tôi về nhà với tâm tư xáo trộn. Chị Châu không giận làm rách áo, nhưng chính tôi cảm thấy ngượng ngùng.

Thần tượng trong tôi đang biến đổi trạng thái. Tôi vẫn yêu mến chị như thuở nào, nhưng nay trong niềm thương mến đó đã xen lẫn sự ham muốn của thể xác. Khoảng da trắng ngần của chị Châu như ngọn đèn pha chói lòa trong óc tôi những đêm thâu trằn trọc. Tôi đặt mảnh áo cắt được của chị dưới bao gối để có thể ấp ủ hằng đêm. Mảnh áo như cánh cửa sổ, từ lâu vẫn đóng kín vùng trời bí mật bên trong mà tôi vô tình một lần phá vỡ, để chứng kiến, dù đó chỉ là một mảnh trời nhỏ bé.

Những đòi hỏi của dục tình ngày càng mãnh liệt. Tôi khổ sở lắm. Tôi nào muốn như vậy đâu? Nhưng dù tôi có đè nén và chối bỏ cách nào cũng vô ích. Nó đã hoàn toàn điều khiển, dẫn dắt tôi từ mảnh trời này sang vùng trời khác, bao la hơn, quyến rũ hơn, đến nỗi tôi phải tránh gặp mặt chị Châu vì sợ chị sẽ đọc được tư tưởng của tôi qua ánh mắt.

Tình hình biến đổi mau lẹ của đất nước vào một

ngày cuối tháng tư. Tôi tạm quên nỗi niềm riêng, qua tìm chị Châu để chia sẻ thì… chị đã đi mất rồi. Cô Ba gởi chị theo gia đình người chú Hải Quân có tàu rời khỏi nước. Cô ở lại chờ chú đang còn kẹt ngoài miền Trung, chưa rõ tin tức.

Tối hôm đó tôi đã khóc, linh cảm như không biết khi nào mới có thể gặp lại chị.

***

- Tuấn đang nghĩ gì?

Tôi giật mình trở về với thực tại. Trái đất thật tròn. Không ngờ mình có thể gặp lại chị Châu trên xứ lạ quê người này. Duyên số chăng? Hay là định mệnh? Nếu tuần trước tôi không ghé qua một chợ Việt Nam để mua cà phê, ra về vội vã đụng phải người đàn bà đang đi vào… thì có lẽ những kỷ niệm êm đềm ngày xưa sẽ vĩnh viễn chìm vào dĩ vãng. Định mệnh lại sắp đặt cuộc hội ngộ ở một thời điểm không sớm và cũng không muộn. Khi mà chỉ mới mấy tháng trước tôi chia tay với Trang, chấm dứt mối tình sau một năm trời vun đắp. Những khác biệt căn bản giữa tôi với Trang không thể san bằng.

Còn chị Châu, chị cho tôi biết chị đã ly dị với người chồng ngoại quốc, đem theo đứa con gái mang hai dòng máu Mỹ-Việt từ miền đông giá buốt về Cali tìm lại hơi ấm và đồng hương.

Minh Châu, người con gái một thời tôi đã tôn thờ và thương yêu ngây dại. Tôi lặng lẽ nhìn nàng thật lâu, so sánh với một chị Châu của mười hai năm trước.

- Châu lạ lắm sao? Nhìn hoài vậy?

- Không, Tuấn chỉ thấy chị vẫn đẹp và không khác ngày xưa bao nhiêu.

- Thật không? - Nàng mỉm cười - Châu già rồi. Con

cái đầy đàn mà đẹp nỗi gì!

Tôi cũng cười theo. Ô hay chỉ một đứa mà Châu nói con cái đầy đàn. Hơn nữa không phải các cụ vẫn bảo: gái một con ngó mòn con mắt hay sao? Tôi nhận ra một cách tự nhiên, nàng đổi cách xưng hô thân mật hơn. Từ vẫn gọi là "chị" hôm mới gặp lại, nàng đã xưng "mình" trong những lần nói chuyện sau. Đêm nay, trong không khí vũ trường đầy tiếng nhạc, nàng lại xưng "Châu" một cách thân ái.

- Tại sao Tuấn chưa lấy vợ, gần ba mươi rồi còn gì?

- ?

- Vẫn còn mơ mộng quá phải không?

- Tuấn cũng… già rồi. Còn gì nữa mà mơ với mộng! Chưa gặp người hiểu mình mà thôi.

Nàng cười khi tôi nhắc lại điệp khúc "già rồi", nhìn tôi hỏi:

- Nếu có người thực sự hiểu Tuấn, nhưng lại có những vấn đề khác, thì sao?

- Với Tuấn, đời sống chỉ thực sự hạnh phúc khi có người hiểu mình… Còn lại, có lẽ không là vấn đề quan trọng.

- Thiệt không?

Tôi mỉm cười, để ba ngón tay lên trán chào theo kiểu Hướng Đạo ngày xưa, dõng dạc đọc:

- *Điều luật số một: Hướng Đạo Sinh trọng danh dự, ai cũng có thể tin lời nói của Hướng Đạo Sinh.*

Minh Châu cũng cười theo reo lên:

- Vẫn còn nhớ sao? Hồi đó… vui nhỉ? Nhớ một lần Tuấn hư quá làm rách áo của Châu.

Trong khoảnh khắc, tôi bỗng tìm lại được ở nàng

hình dáng "chị Châu" của ngày xưa cũ. Có nên cho Minh Châu hay mảnh áo cắt được năm xưa tôi vẫn còn giữ đến ngày nay. Tôi trân quý nó như một kỷ vật đã đánh dấu một khúc rẽ quan trọng của quãng đời niên thiếu.

Chúng tôi bỗng trở nên yên lặng. Mỗi người theo đuổi một ý nghĩ riêng, thỉnh thoảng bốn mắt chạm nhau, cố tìm hiểu đối phương đang nghĩ gì.

Nhạc lại trổi điệu Boston nhẹ nhàng. Bản Chuyện Tình Buồn được nhiều cặp hưởng ứng. Minh Châu nhìn tôi, phá tan bầu không khí trầm mặc:

- Châu thích bản này.

Uyển chuyển theo tiếng nhạc, Minh Châu âu yếm dựa đầu lên vai tôi thì thầm: *Năm năm rồi không gặp, từ khi em lấy chồng. Năm năm rồi trở lại, thương goá phụ bên song... Chỉ năm năm xa cách bao chuyện đổi thay, huống chi hơn mười năm. Mình không như xưa nữa, phải không?*

Khẽ liếc xuống đôi cánh tay trần đang quàng qua cổ. Những sợi lông măng phơn phớt dưới ánh đèn mờ ảo như đang mời gọi. Cả một bầu trời đang mở rộng dưới mắt. Bầu trời mà mới ngày nào chỉ một mảnh nhỏ qua khung cửa hẹp đã gieo vào tâm trí tôi biết bao xáo trộn.

Tiếng nhạc vẫn dặt dìu đưa đẩy mùi hương, mùi tóc. Tôi nghe tim đập mạnh, và xiết chặt vòng tay.

***

Đưa Minh Châu về tận cửa, cái bắt tay từ giã bỗng trở thành nụ hôn nồng cháy. Bao nỗi cuồng nhiệt không che giấu của nàng biểu hiệu qua mười ngón tay mần mò trên mái tóc tôi. Tôi tưởng mình sẽ đẩy cửa dìu Minh Châu vào nhà… nhưng không hiểu sao một động lực nào đã ngăn lại. Nàng tỏ vẻ ngạc nhiên khi tôi quay đi, nhưng không nói gì thêm, chỉ nhắn:

- Chiều mai Tuấn lại đây ăn cơm với Châu nghe. Khoảng 7 giờ.

Chiều mai khi tôi đến, sau bữa cơm, trong một apartment ấm cúng. Minh Châu là người đàn bà có đủ khả năng và bản lĩnh làm những gì nàng muốn. Tám năm chung sống với người chồng khác màu da, nòi giống mà kết quả là sự đổ vỡ. San Jose là nơi nàng chọn để làm lại cuộc đời, với một đồng hương, dù nơi đây nàng hoàn toàn cô đơn không ai thân thuộc. Gặp lại tôi như người đắm tàu lênh đênh trên đại dương, dạt vào một hoang đảo.

Bỗng nhớ đến Trang. Từ khi chia tay, tôi vẫn nửa đêm tỉnh giấc, cô đơn trong căn phòng vắng lạnh mới hôm nào còn là tổ ấm tuyệt vời của hai đứa. Giờ này em đang làm gì? Có nhớ những ngày vui? Tôi chợt cảm thấy nhớ nhung hơi ấm quen thuộc của một người đàn bà, người yêu, người vợ. Minh Châu chăng? Nàng là người hiểu tôi nhất trên đời. Nhưng còn đứa bé? Mái tóc nâu nâu và đôi mắt xanh lơ sẽ luôn luôn làm tôi liên tưởng đến cha nó…

Bao nhiêu câu hỏi nhảy múa trong đầu đưa tôi vào giấc ngủ. Trong cơn mơ, tôi thấy Trang trở về bên cạnh. Tôi lại thấy mình tới nhà Minh Châu, gặp con bé tóc nâu Lisa, nó kêu tôi "Daddy, Daddy!". ∎

Ở ĐÂU CŨNG CHỈ MỘT VẦNG TRĂNG

Trăng Sài Gòn - trăng Hà Nội
Trăng Paris hay trăng Cali,
Ở đâu cũng chỉ một vầng trăng...

Nói đến trăng, chúng ta sẽ nghĩ đến ông Lý Bạch, nhà thơ nổi tiếng như cồn bên Tàu cách nay cả ngàn năm có dư, và được tôn sùng là nhà thơ số một từ trước tới nay của Trung Hoa. Thơ ông hay làm sao, thật tình tôi chưa hân hạnh được đọc, nhưng ông chết thế nào thì tương truyền rằng một hôm, khi đang đi thuyền uống rượu trên sông, bỗng thấy bóng trăng phản chiếu xuống dòng nước đẹp quá, sẵn hơi men, ông nhảy ùm xuống nước để ôm trăng và...ngủm.

Mỗi lần nghe câu chuyện trên, tôi vẫn cười tự hỏi không biết ông Lý Bạch đã để lại cho hậu thế được bao nhiêu bài thơ, và ngày nay biết còn được mấy người có thể nhớ trọn một bài nào đó của ông, nhưng chính cái chết của ông lại được thi vị hoá thành một huyền thoại và lưu truyền rộng rãi mãi cho đến bây giờ. Tôi thì tôi cho rằng bữa đó ông xỉn quá ngồi trên thuyền không vững nên bị tai nạn té xuống nước, và xui một điểm là nhà thơ không… biết bơi, nên đành lặng lẽ trôi theo khóm lục bình. Trăng thì cứ nhìn lên trời thấy nó sáng chói, rõ ràng mới đẹp chứ đợi nó in hình dưới nước thì đâu có gì đẹp? Tôi lấy thí dụ bạn muốn ngắm một người đẹp thực sự bằng xương bằng thịt trước mặt mình, hay nhìn cô ta trong gương vậy?

Vậy đó mà những cơn mưa bão thổi qua Cali mấy ngày qua đã làm tôi suy nghĩ lại. Không chừng ông Lý Bạch quả đúng như tương truyền, ông ấy nhảy xuống sông để ôm trăng mà chết thiệt!

Hôm kia, không hiểu vì lý do gì tôi ra vườn sau nhà vào buổi tối. Mưa đã tạnh, nhưng hậu quả của mấy ngày mưa dầm dề đã làm nước ngập một cái vũng trong vườn nhà tôi, khá lớn, độ gần một mét đường kính. Nếu không nhờ mấy cơn mưa lớn vừa rồi tôi cũng không biết vườn nhà mình có một chỗ hủm để nước có thể tụ lại thành vũng trông như một cái ao tí hon vậy. Nhưng điều làm tôi thích thú nhứt là ở ngay giữa ao nguyên một vầng trăng. Đúng vậy. Mưa tạnh, mây tan, và trăng lại hiện ra trên cao. Trăng rằm vành vạnh, chói sáng cả bầu trời sau cơn mưa và in trọn vẹn xuống…cái ao vườn nhà tôi.

Trăng đẹp. Chúng ta có ai không một lần trong đời nhìn trăng trên cao và tấm tắc khen là nó đẹp. Đã biết bao nhiêu giấy bút, thi văn, thần thoại xuất xứ từ trăng lưu truyền từ ngàn xưa và sẽ mãi đến ngàn sau. Tôi cũng vậy. Thỉnh thoảng, thường là những ngày rằm, tôi có khi tình cờ nhìn vầng trăng chiếu sáng trên bầu trời và cũng tấm tắc khen nó… đẹp. Chỉ vậy thôi. Nửa phút là nhiều lắm. Nếu lúc đó có ai hỏi trăng đẹp ở chỗ nào thì đành cười trừ.

Hôm nay cũng vậy. Tôi cũng nói là vầng trăng trên

trời thật đẹp. Đẹp ở đâu? Không biết. Nhưng vầng trăng ở trong vũng nước ngay trước mặt tôi thì khác. Tôi sẽ không ngần ngại gì mà trả lời rằng trăng đẹp vì hình như là nó có hồn. Hồn Trăng. Có một sự khác biệt rõ ràng giữa hai vầng trăng. Trăng ở trên trời thì xa xôi diệu vợi, còn vầng trăng dưới đất trước mặt tôi thì nó gần gũi làm sao. Thậm chí tôi có thể lấy tay đụng nó được. Trăng trên cao thì bất động vô tri, còn trăng ở đây thì đang chuyển mình theo từng gợn sóng lăn tăn mỗi khi có cơn gió thổi qua làm cho tôi có cảm tưởng như trăng đang múa.

Một cảm giác man mác, thanh thản chạy khắp cơ thể làm tôi rùng mình với ý nghĩ này. Trăng trên trời là của chung nhân loại, còn vầng trăng này là của riêng tôi. Của tôi mà thôi. Trong một khoảnh khắc mấy giây thôi, tôi có cảm giác như thế giới chung quanh mình bỗng nhiên ngừng đọng, chỉ còn vầng trăng trước mặt đang lả lướt uốn mình trong một vũ điệu nghê thường nào đó, và tôi là khán giả duy nhứt được chọn để thưởng ngoạn.

Tôi ráng đứng thật yên tận hưởng những giây phút kỳ diệu này, vì một đám mây đang dần kéo đến xâm chiếm và che dần vầng trăng của tôi. Tôi tiếc lắm nhưng không làm gì được, linh cảm là những cảm giác vừa qua có thể là cơ hội duy nhứt trong đời. Trăng thì bao giờ cũng còn, và nước thì ở đâu cũng có, nhưng phải đợi đến bao giờ cảnh và tình mới có thể kết hợp một cách hài hòa và sống động trong tôi như vậy nữa?

Và tôi bỗng nhớ tới ông Lý Bạch. Họ nói ông thấy trăng dưới nước đẹp quá bèn nhảy theo xuống. Có thể lắm. Tôi chỉ là một hậu sinh tầm thường mà bỗng nhiên cũng có vài giây xuất thần như vậy thì với công lực cao siêu của ông Lý Bạch, có lẽ ông không những thấy trăng đang múa vũ khúc Nghê Thường, mà chắc là ông còn thấy cả Hằng Nga Tiên nữ trong đó nữa nên ông nhào xuống ôm là phải rồi.

Trở lại cái vũng nước sau vườn.

Tôi vẫn còn tiếc nuối vầng trăng của tôi nên nấn ná chờ cụm mây đi qua. Quả nhiên chỉ vài phút sau sự nhẫn nại của tôi đã được bồi đáp. Trăng lại xuất hiện một lần nữa, trong veo vẻo giữa cái ao. Nó cũng uốn mình lăn tăn theo từng gợn sóng. Tôi mừng lắm, nhưng rồi lại thất vọng vì quả nhiên là không còn tìm lại được cảm giác như lúc nãy. Trăng vẫn đẹp, nhưng tôi không còn cảm được cái hồn của nó nữa. Tiếc quá đi thôi.

Có một đoạn thơ xưa như vầy:

"Quân tại Tương giang đầu
Thiếp tại Tương giang vĩ
Tương tư bất tương kiến
Đồng ẩm Tương giang thủy"

Chàng ở đầu sông, thiếp ở cuối sông. Nhớ nhung nhưng không thể gặp mặt; hãy cùng nhau uống nước sông Tương.

Nếu tôi nhớ không lầm thì đây là bốn câu trong bài thơ Trường Tương Tư. Bài thơ khá dài nhưng đây là bốn câu độc đáo và được trích đọc nhiều nhứt. Chuyện xưa kể rằng có nàng Lương Ý Nương nhà ở bên bờ sông Tiêu Tương vừa đẹp lại vừa hay chữ. Ở trọ nhà nàng có thư sinh tên là Lý Sinh. Một đêm Trung Thu trăng tròn, hai người cùng thưởng trăng, tâm đầu ý hợp và thương yêu nhau. Cha của nàng không đồng ý cuộc tình nên đã đuổi Lý Sinh ra đi thật xa. Nàng Ý Nương ở lại nhà bên bờ sông Tương, thương nhớ người tình mà cảm tác ra bài Trường Tương Tư này.

Phải chi ngày đó có ai nói cho họ biết rằng không phải chỉ có nước sông Tương mới là cái chung của họ. Còn vầng trăng trên trời nữa chi? Dù có cách xa nhau ngàn dặm sơn khê thì vầng trăng kia cũng chỉ một. Hai người chỉ cùng nhìn lên trăng mà tâm sự thì cũng vơi đi nỗi niềm.

Nhưng rồi họ lại nói rằng trăng kia có cả…ngàn cặp tình nhân khác cùng nhìn và cùng tâm sự như họ thì đâu còn gì là riêng tư. Được thôi. Muốn riêng tư thì có riêng tư.

Dù chàng có ở đầu sông nàng ở cuối sông, thì nơi nào cũng phải có những vũng nước như vũng nước sau vườn nhà tôi, phải không? Vậy thì cứ ra sau vườn, mỗi người một vũng, đợi trăng lên cao in bóng xuống nước, thế là mỗi người đã có một vầng trăng riêng mặc sức mà tâm sự. Và điều tuyệt vời nhứt là bây giờ trăng đang ở gần ngay trước mặt. Hai người có thể đặt tay lên và nhờ ánh trăng làm cầu đưa lên gặp nhau trên Cung Quảng.

… Thi sĩ Tản Đà của chúng ta trước đây cũng có một câu lục bát bất hủ:

"Ai làm cho khói lên trời
Cho mưa xuống đất, cho người biệt ly."

Làm người thì phải biệt ly, nhưng hội ngộ thì lại tùy duyên. Nếu có duyên, thỉnh thoảng chúng ta sẽ gặp lại nhau ở những khúc rẽ cuộc đời.

Còn nếu lỡ vô duyên?

Xin hãy gởi tình qua ánh trăng.

Bởi vì, dù ở phương trời xa xôi cách biệt nào, chúng ta bao giờ cũng chung một vầng trăng.

Đêm nay, dưới ánh trăng thanh bình của xứ người, xin gởi tình tôi về bên kia bờ đại dương, qua những xóm làng, đến những dòng sông của quê hương yêu dấu.

...

Trăng rơi rơi sáng ngập bờ đê.
Có người quảy gánh cuối đường quê
Nghiêng vai bóng đổ chân đều bước
Sương khuya trắng phủ mái tóc thề

Tôi về từ nghìn dặm sơn khê
Theo trăng dừng bước cạnh bờ đê
Đôi dòng viết vội treo đầu gánh
Gánh trăng cô gánh cả thơ về. ∎

"ANH CHO EM ĐÔI DÉP NHA"

Có một buổi trưa trời nắng chang chang, tôi ngồi trong nhà nghe tiếng cãi nhau ngoài đường. Chạy ra xem mới hay có hai anh em đang đẩy một cái xe đạp xiêu vẹo trên đường và đang đổ lỗi cho nhau. Hai anh em còn nhỏ chắc khoảng mười, mười một tuổi gì đó đẩy một cái xe đạp đầy những bao rác, lon, chai bể v.v… chắc chúng nó đi lượm về để cho ba má nó bán ve chai. Hai thằng nhóc trần trùng trục, đen thui thủi, đi chân trần…chỉ độc nhất một cái quần xà lỏn trên người. Tụi nó tham cái gì cũng lượm bỏ đầy mấy cái bao chung quanh thành ra nặng nề. Thêm vào cái xe thì cao, mà hai thằng thì lùn, nên không có cách gì giữ cho xe thăng bằng mà đẩy.

Tôi thấy thằng em cứ bị thằng anh nguyền rủa sao mày yếu xìu, vô tích sự… thật tội nghiệp, nên nảy ra ý đẩy giùm hai ông nhóc cái xe nặng nề này về nhà. Hai thằng nhỏ kia nghe tôi đề nghị, mừng rỡ chịu liền.

Tưởng là ở gần đâu đây, ai ngờ loay hoay cả nửa tiếng, quẹo trái, quẹo phải, quẹo tới, quẹo lui năm sáu cái hẻm mới tới nhà bọn nó. Mà nào được đi một lèo đâu?

Sẵn có tôi giữ cái xe nên anh em nó thảnh thơi vừa đi vừa đảo mắt kiếm thêm chiến lợi phẩm. Thỉnh thoảng tôi phải dừng lại đứng giữa trời nắng như thiêu chờ hai ông tướng bươi cái thùng rác bên lề đường một hồi mới lấy được một cái… chai bia bể dơ dáy đầy ruồi nhặng trong đó. Ghê quá! Vậy mà tụi nó tỉnh bơ.

Khi về đến nhà nó tận cuối hẻm, tôi thở phào cảm thấy…thoát nợ. Quay mình định đi, chợt thằng em lấm lét nhìn chung quanh không có ai, tới nói nhỏ với tôi *"Anh cho em đôi dép nha!"* Trời ơi! đẩy xe cho tụi nó làm ăn nãy giờ, khát khô cả cổ chưa có miếng nước, lại còn bị xin đôi dép. Tôi định từ chối "Đâu được", nhưng thấy bộ dạng thằng nhóc nhìn đôi dép tôi mang với vẻ háo hức, thèm thuồng, tôi cầm lòng không đậu, suy nghĩ một chút rồi bấm bụng tháo ra cho nó (Hu hu!, cho thì cho chứ tiếc đứt ruột lận á. Đôi dép này mạ tôi mới mua cho tôi có 1 tuần, còn mới, và tôi thích lắm!). Đang định đi thì thằng anh ý chừng mới uống nước xong từ dưới nhà chạy lên. Thằng này tinh ý lắm, mới nhìn là đã thấy đôi dép của tôi đang ở trong chân thằng em. Nó hỏi "Anh cho nó đôi dép hả?" Tôi trả lời "Ừ". Nó nhìn thằng em với điệu bộ ganh ghét rõ rệt, và phân bì với tôi "Anh cho nó đôi dép, mà…không cho em cái chi hết".

Thôi chết. Trên người tôi ngoài đôi dép, đâu có tiền bạc gì mà cho nó. Nhưng nhìn điệu bộ của thằng anh này thì tôi biết nếu tính không ổn chém chết là tôi đi xong nó cũng đè thằng em trấn lột đôi dép. Cuối cùng tôi đành cởi cái áo đang mặc cho nó, nó mới chịu tha cho tôi (và hy vọng là tha cho thằng em nó).

Hồi nãy lúc đi vô thì tôi quần áo dép guốc đàng hoàng tử tế. Hai thằng nhóc kia thì mỗi thằng độc có một cái quần xà- lỏn. Năm phút sau đi ra tình thế đã đổi ngược. Hai tên kia đứa có thêm cái áo mặc, thằng thì có đôi dép mang, còn tôi từ trên xuống dưới chỉ còn độc cái quần đùi. Phải dzọt lẹ chứ để lỡ có… thằng thứ ba nữa xuất hiện là kẹt dữ a! Hic!

Từ nhỏ đến lớn, tôi nửa bước ra đường đều áo quần tươm tất chứ có đâu tồng ngồng như bây giờ? Ngượng đến chín người. Nhưng điều đau khổ nhứt là cái nóng của đường nhựa đốt bàn chân. Hai thằng nhóc hồi nãy chắc đã quen đi chân không giữa trời nắng, không sao hết, nhưng tôi là lần đầu đi chân đất nên nóng rát cả đôi bàn chân. Đi một đoạn ngắn lại phải tạt vào chỗ bóng mát ngồi xuýt xoa, xuýt xoa… Lại nghĩ về nhà lỡ Mạ hỏi dép và áo đâu, trả lời làm sao? ■

Tranh Đinh Trường Chinh

TƯỜNG VÂN CÁC CÁC MẤT CÁI NƠ

Bạn có coi và còn nhớ bộ phim "Hoàn Châu Các Các" không?

Tôi vốn không hảo lắm với phim bộ, nhất là phim truyện của bà Quỳnh Dao, nhưng có dạo nhiều người xem và mê như điếu đổ, trong đó có… vợ tôi. Lúc bộ phim Hoàn Châu Các Các đang thịnh hành trong cộng đồng người Việt thì vợ tôi đang ở nhà chuẩn bị cho ra đời đứa thứ hai, bé Valerie Tường Vân. Rảnh rỗi không biết làm gì, nàng ra tiệm Video khiêng về một giỏ Hoàn Châu Các Các để nhâm nhi qua ngày giờ. Vợ xem thì mình cũng xem cho có bạn, rồi cũng trầm trồ, than thở chung với nàng cho nó dzui.

Biết trước con gái sắp ra đời nên vợ tôi mặc sức mà sắm sửa "nữ trang" cho con, đặc biệt là lược và nơ kẹp tóc. Chỉ có điều ngộ nghĩnh con gái không hiểu ý nên sinh ra với mái tóc rất khiêm nhường, lơ thơ có vài sợi… dù má đã hăm hở sắm một lô kẹp tóc thật đẹp sẵn sàng làm duyên cho con. Phải đợi tới mấy tháng sau, tới cái ngày mà vợ tôi gom đủ tóc để có thể gắn được cái nơ con bướm màu tím lên đầu của con và bồng ra khoe với ba…

ôi thiệt là cảm động làm sao. Nàng sung sướng, say sưa nhìn con như thể mấy tháng nay nó là con...gì, bây giờ mới thành con gái!

Nơ trên đầu thì gắn được rồi, ngặt vì tóc con còn ít nên nơ cứ bị tuột lên tuột xuống làm nàng cứ phải đi kiếm đi tìm, than than thở thở: cái nơ mới đó mà… rớt đâu mất nữa rồi.

Cám cảnh sinh tình, tôi bèn làm mấy câu:

"Tường Vân Các Các mất cái nơ!
Mua từ WAL-MART dệt bằng tơ
Ai mà lụm được cho xin lại
Các Các đền ơn một...cục bơ"

Vợ tôi đang ẵm nựng con nghe vậy bỗng nhiên nổi hứng phụ họa rằng:

"Tường Vân con gái cục cưng cưng
Ba ba má má nựng nừng nưng
Hai bên nội ngoại cưng... như trứng
Ru con má hát tứng từng tưng"

Tôi không chịu. Đàn thì mới ra tứng từng tưng, chứ hát gì mà... tứng từng tưng?

Nàng vẫn ẵm con đong đưa tiếp tục hát ru "Ầu ơi… má hát cho con má nghe, mắc mớ gì đến ba mà ba thắc mắc… ầu ơi… tứng từng là tửng từng tưng…"

OK!... OK! ■

ALÍT VÀ TOE

- Anh Toe đi học.

Tiếng con Alít bên ngoài vọng vào làm thằng Toe bỗng bực mình. Không hiểu mẹ nó nghĩ thế nào lại gắn cho nó cái tên "Toe" thật kỳ cục, trong khi trên giấy tờ nó là Cương đàng hoàng. Theo lời bà kể với hàng xóm thì khi đem nó về từ nhà thương, có ông bán bong bóng cứ thổi kèn "tooee tooee" trong xóm dụ con nít nghe thật vui tai, nên bà đặt nó thêm tên Toe gọi ở nhà.

Ngay khi mới vào trưởng học, thằng Toe đã thấy sự bất công cho cái tên của mình. Những thằng bạn cùng lớp nào Quốc, Lâm, Mạnh… đều được gọi bằng chính tên thiệt của chúng. Trong khi nó là Cương, lại vẫn bị kêu là Toe! Nhiều lần khi gây lộn với lũ bạn, thằng kia phùng miệng lên chọc:

- A, Tooe Tooee, toè-loe toét-loét! Cái mũi đỏ choét.

Cho nên, Toe ghét cái tên của mình lắm. Nó thù ông bán bong bóng vô duyên nào tự nhiên đứng trước nhà nó thổi bậy bạ. Nó cũng phân bì với mẹ tại sao anh Dũng, anh Hùng, chị Hằng nó không có cái tên đệm, mà nó lại thêm cái tên "Toe"?

Uống vội miếng nước xong, Toe xách cặp đi ra khỏi nhà một mạch làm con Alít phải chạy theo. Được một đoạn, Toe ngừng lại sừng sộ:

- Đã bảo mày rồi, đừng gọi tao là "Toe" nữa mà.

Alít thấy Toe giận, nó hơi sợ:

- À, tại… em quên.

- Hừ, quên, bộ tưởng tên mày hay lắm sao? Tên gì mà Alít? Alít cái… cục kít ấy.

Kiếm được câu trừng phạt con Alít về tội dám gọi nó là "Toe", nó thấy hả hê, nhưng vẫn còn hăm:

- Lần sau còn gọi là Toe nữa, tao cho mày đi học một mình.

Nghe Toe dọa, con Alít hơi hoảng, dù bị thằng Toe gọi là cục kít cũng không dám cự nự.

Vừa đi thằng Toe vừa ngẫm nghĩ: Kể cũng lạ, con Alít cũng có cái tên kỳ cục như nó vậy, mà là tên thiệt đi học chứ đâu phải tên ở nhà! Tên gì khó kêu không dễ dàng như Cúc, Hương… các con nhỏ cùng lớp. Hay chị Hằng, chẳng hạn. Không phải chỉ cái tên, con người con Alít cũng lạ nữa. Hôm đầu tiên, Toe thấy con Alít dọn về kế nhà mình, nó ngạc nhiên nhìn mái tóc con bé vàng óng ánh. A ha! Ngộ quá ta, con nhỏ này chưa già mà tóc đã… bạc rồi! Còn nữa, mắt nó sao xanh lè như mắt mèo vậy cà? Nhưng mà Toe phải công nhận là da nó trắng ghê, Toe chưa thấy ai trắng như vậy, kể cả… cô giáo và chị Hằng của nó..

Rồi cô Thu, mẹ của Alít dắt con bé tới trường nó xin học. Alít được xếp lớp ba, thua nó một lớp. Hôm mẹ Toe kêu vào và bảo Toe dắt Alít đi học, Toe giẫy nẩy không chịu. Trời ơi, bắt nó đi học với con gái? Quê một cục! Nhưng rồi Toe cũng phải dắt Alít đi học, nếu không muốn bị ăn đòn. Hôm đầu tiên, Toe thấy ngượng làm sao. Nó có cảm tưởng như ai cũng dòm nó. Toe cố ý đi thật mau giữ một khoảng cách với Alít, khiến con bé phải thỉnh thoảng chạy theo. Chỉ khi qua đường, Toe mới đi chậm lại chờ dắt Alít qua.

Vài tuần rồi cũng quen, Toe hết thấy ngượng mỗi lần đi học với Alít nữa. Toe bắt đầu thinh thích con bé, chắc có lẽ vì những thỏi sô-cô-la con Alít vẫn cho nó mỗi ngày. Ban đầu Toe hơi quê vì lấy sô-cô-la của Alít. Nhưng nó tìm được giải pháp công bình là cho lại Alít mấy hòn bi ve đẹp nhất mà nó ăn được của tụi bạn chung xóm. Và mỗi lần Toe chơi tạt hình, nó cho phép con Alít đi theo để… giữ và lượm hình giùm.

Một buổi chiều nọ, hai đứa đang đi học về, bỗng có mấy thằng ở xóm ngoài chạy theo, chúng la to:

- Ê ê, Mỹ lai! Mỹ lai!

Toe và Alít cứ cắm cúi đi. Được thể, một thằng chạy tới thụi con Alít một cái và hét lớn:

- Ê, con Mỹ lai. Má mày là me Mỹ!

Alít bật khóc, chạy lại nắm tay Toe làm nó thế chẳng đặng đừng, dừng lại cự nự:

- Mỹ lai hay me Mỹ gì cũng kệ nó, mắc mớ gì tụi mày?

Thằng khi nảy giả bộ nhăn mặt sợ hãi:

- Dạ dạ em đâu dám làm gì anh… Toè loe toét loét.

Cả bọn cười vang. Quá lắm rồi. Tụi nó chọc con Alit

là Mỹ lai thì Toe còn… nhịn được (ờ thì nó lai thiệt chứ bộ!), nhưng bây giờ dám đụng đến cái tên Toe loe toét loét là điều mà Toe kỵ nhứt đời.

Toe quăng cặp và lăn xả vào lũ trẻ nham nhở. Nhưng chỉ có một mình, Toe bị ba đứa đè xuống cho một trận tơi bời nếu không có người lớn đi ngang qua can ra. Hôm đó, Toe quê kinh khủng. Trán nó bị sưng một cục, hai đầu gối cũng bị trầy đến chảy máu. Nó sinh ra giận con Alít. Cũng vì con nhỏ mà Toe bị đòn.

Hôm sau, Toe lén đi học thật sớm, định cho con Alít nghỉ học một bữa bỏ ghét. Nhưng khi về, mới ra tới cổng trường, Toe đã thấy Alít lò dò đi ngay phía sau. A, té ra nó tới trường một mình cũng được mà, cần gì Toe? Mặc kệ nó, Toe lầm lì bước. Một lát sau con Alít lon ton chạy theo hỏi:

- Anh Toe, anh còn đau không?

- Kệ tao. Toe hờn

- Em mang sinh-gum cho anh nè.

- Ai thèm!

Nói xong Toe bỏ đi một mạch. Gần về tới nhà, Toe ngạc nhiên thấy con Alít vẫn kè kè đi theo mình. Mắt con bé đỏ hoe như đang muốn khóc. Toe bỗng cảm thấy tội nghiệp. Kể ra thì đâu phải lỗi của nó? Toe chờ Alít tới kế bên và hét:

- Khóc cái gì? Ai làm gì mà khóc.

***

Toe vẫn ôm mối thắc mắc tại sao tóc con Alít lại vàng khè, không đen như nó. Hỏi mẹ, bà chỉ cười,

- Thằng hỏi vớ vẩn.

"Vớ vẩn" là gì nhỉ: Toe tự hỏi, tại sao mình lại "vớ vẩn"? Nó định đi hỏi ba nó, nhưng mái tóc con Alít làm nó quên đi. Toe cố tìm một vật gì đó, giông giống như vậy để so sánh. Cuối cùng, nó chợt nghĩ đến tóc con Alít cũng vàng-vàng nâu-nâu như là... như là mấy sợi râu trong trái bắp luộc nó vẫn ăn. Ừ phải rồi, giống y chang! Nhưng râu bắp mềm lắm, không biết tóc con Alít có mềm như vậy không? Toe qua ngay nhà Alít, thấy con bé đang chơi cò cò một mình, nó lại gần đưa tay mân mê mấy sợi tóc vương trên má Alít, và thử giựt nhẹ nhẹ. Toe thấy con Alít tự nhiên mặt đỏ bừng, đẩy nó ra, và cười:

- Hì hì, anh Toe này… kỳ.

Alít bỏ chạy vào nhà. Toe ngơ ngẩn đứng đó. Con gái kỳ cục thiệt. Tại sao tự nhiên nó mắc cỡ?

***

Bắn bi cùng lũ bạn xong, Toe chạy xồng xộc vào bếp định kiếm đồ ăn. Nó khựng lại vì nhà có khách. Toe thấy con Alít đứng cạnh cô Thu và một "ông Mỹ".

Chào cô Thu xong, quay qua ông Mỹ nó gật đầu:

- Chào Bác.

Toe thấy cô Thu nói một tràng líu lo gì đó với ông Mỹ, nó chỉ nghe được mấy tiếng "Toe, toe", rồi ông Mỹ tiến lại xoa đầu nó với vẻ thân mật. Toe tò mò nhìn lên, mèn ơi, "thằng chả" to như cái tủ ấy. Nó chỉ đứng ngang thắt lưng, và mái tóc, mái tóc ổng cũng vàng như con Alít, mắt cũng xanh biếc như mắt mèo.

Toe vùng chạy ra đứng sau lưng ba, thích thú ngắm người khách lạ. Nó nghe mẹ nói:

- Dạ, chắc không được đâu cô Thu. Tình thế có mòi không yên, nhưng mà ở đâu quen đó. Gia đình tôi đông đảo, qua bến chữ nghĩa không có, rồi làm sao sinh sống? Thôi thì ở đây, người ta sao mình vậy. Cám ơn cô Thu có lòng.

Ô hay, cô Thu định rủ nhà nó đi đâu? Toe lại nghe cô Thu quay lại líu lo với ông Mỹ, hai người đối đáp một hồi. Một lần nữa nó lại nghe nhắc đến tên mình trong đó. Rồi cô Thu nói với ba nó:

- Anh chị cương quyết ở lại, em cũng không dám nài, nhưng…

Cô Thu có vẻ ngập ngừng…

- Gion nói em Toe dễ thương lắm, hay là anh chị cho Toe đi theo em và Alít, qua đó anh em tụi nó đi học với nhau.

Ba má Toe có vẻ suy nghĩ làm Toe lo sợ, nó thúc sau lưng ba:

- Ba, con không đi đâu.

Cuối cùng ba nó nói:

- Cám ơn cô Thu, gia đinh tôi ở đâu thì ở cả. Vả lại Toe nó còn nhỏ, cho đi xa thực chúng tôi không yên lòng.

Nghe ba nói, Toe yên tâm. Nhưng con Alít bỗng chạy lại nắm tay Toe nài nỉ:

- Đi đi anh Toe, qua bến chơi, mai mốt mình về mờ.

Toe vùng vằng:

- Không, tao không đi.

- Đi mà.

- Không.

Giữa lúc hai đứa đang giằng co, cô Thu nhìn đồng hồ:

- Thôi được, đến giờ tụi em phải ra phi trường rồi. Anh chị ở lại mạnh giỏi.

- Dạ, cô đi bình yên.

Cô Thu lại gần, ôm Toe vào lòng, hôn lên má nó

- Toe ngoan lắm, cô Thu đi nghen.

Alít dùng dằng theo hai người ra xe. Vừa đi, con nhỏ cứ quay lại vẫy tay với Toe. Mắt nó ươn ướt làm Toe bỗng nhiên thấy nao nao…

***

Rồi mùa hè cũng qua....

Cô Thu và Alít biền biệt. Căn nhà của Alít bây giờ là "Chi Hội Thanh Niên Phường 25". Toe tiếc mùa hè đã qua không như nó mong chờ. Hằng năm mỗi dịp nghỉ hè, Toe tha hồ bắn bi, tạt hình cùng chúng bạn. Ba má Toe thường dắt anh em nó về quê nội ở Mỹ Tho cho Toe tha hồ tắm sông, câu cá… Năm nay không ai có thì giờ dắt Toe đi chơi nữa. Ba má nó mỗi tối đi họp tổ. Anh Dũng, chị Hằng đi họp thanh niên. Và Toe cũng vô đội thiếu nhi. Toe và các bạn không được chơi những trò chơi quen thuộc cũ nữa. Chúng nó được người lớn hướng dẫn đi moi những đống rác tìm bao ny-lông, báo cũ về làm kế hoạch nhỏ kế hoạch lớn gì đó không rõ, và ca những bài hát lạ mà Toe và lũ bạn chưa bao giờ biết.

***

Hôm nay Toe ôm cặp đi học một mình. Ánh nắng chói chang của mùa hè sót lại đổ bóng Toe trải dài trên hè phố. Nó chợt nhớ đến những lần cùng Alít đi học, hai đứa thường chơi trò đứa này đạp bóng đứa kia rồi cùng nhau cười hỉ hả. Con Alít không biết bây giờ ở đâu. Còn ai gọi nó là Mỹ lai không? Toe chợt thấy tiếc quá những ngày tháng cũ, khi con Alít vẫn đứng trước nhà nó mỗi ngày gọi:

- Anh Toe đi học. ■

ĐIỂN TÍCH TẦU TRÊN XE MÌ

Có khi nào bạn ngồi ăn ở một xe mì hay hủ tíu của mấy người Hoa và để ý đến những hình ảnh đầy mầu sắc trên các tấm kính của xe mì đó không?

Những hình vẽ đó không phải vẽ chơi đâu, mà mỗi tấm đều ghi lại một sự tích được truyền tụng của sử Tầu, đặc biệt vào thời Tam Quốc Chí.

Nhiều nhất bạn sẽ thấy hình ảnh của Quan Vân Trường tức Quan Công có bộ râu đen và dài, hay một tướng mặt đen xì, dữ dằn là Trương Phi, hay một nho sinh đầu đội mão tay cầm quạt lông thì đó chính là Gia Cát Lượng… những nhân vật lừng danh trong thời tam quốc.

Tuy nhiên phần lớn là mỗi bức tranh đều diễn tả một sự tích nổi bật mọi người biết, yêu thích, và được diễn thành tuồng trong dân gian, thí dụ như:

- Chiến tướng một tay ẵm đứa con nít tay kia cầm thương chiến đấu giữa một rừng quân địch, đó là tích "Triệu Vân Cứu Ấu Chúa".

- Hình có ba người vây đánh một người: tức là

chuyện "Tam Anh Chiến Lữ Bố" kể lúc cả ba người gồm Quan Công, Trương Phi, Lưu Bị cùng đánh với Lữ Bố.

- Cảnh một tướng cầm đao cỡi ngựa theo sau xe có hai người đàn bà: đó là chuyện "Quan Công Phò Nhị Tẩu".

- Cảnh một tướng trẻ oai vệ được một cô gái đẹp dâng rượu, bên cạnh có một quan văn đó là tuồng "Lữ Bố Hí Điêu Thuyền".

- Phàn Lê Huê di sơn đảo hải...

- Hay hình một chiến tướng lẫm liệt đang uống rượu và một người đàn bà đang cầm dao kề vào cổ, đó là "Hạng Vũ Biệt Ngu Cơ", một tích rất cảm động và lãng mạn nhứt trong truyện Hán Sở Tranh Hùng. Truyện kể rằng Sở Bá Vương Hạng Vũ bị quân Lưu Bang vây đã đến bước đường cùng, biết không thể thoát chết nên uống rượu cùng vợ là Ngu Cơ lần cuối để mai ra đánh trận cuối cùng. Ngu Cơ biết vậy nên sau khi dâng rượu và ca múa giải sầu cho Hạng Vũ xong, nàng dùng kiếm tự vẫn chết để cho Hạng Vũ khỏi bận lòng.Tương truyền nơi máu Ngu Cơ đổ xuống mọc lên một thứ cỏ hễ có rót rượu gần bên thì cỏ múa lả lướt như Ngu Cơ trong tiệc rượu của Hạng Vũ. Người ta gọi cỏ ấy là "Ngu Mỹ Nhân Thảo".

...

Lúc tôi còn nhỏ một lần ngồi ăn mì và ngắm bức tranh "Hạng Vũ Biệt Ngu Cơ", ông chủ xe mì thách nếu tôi biết sự tích của cái hình đó, ông không lấy tiền. Ông xui quá, gặp phải tôi nói vanh vách nên phải chịu cho tôi tô mì free, ngon ơi là ngon! ■

CÁI CHO NHÂN ÁI

Sau sáu tháng tạm cư tại Thailand, tôi được nước Mỹ chấp thuận cho định cư. Lộ trình chuyến bay từ Bangkok đến San Francisco Hoa kỳ sẽ quá cảnh ở Tokyo, Nhật Bản.

Chuyện sau đây xảy ra khi đoàn chúng tôi già trẻ lớn bé gần một trăm người tỵ nạn Việt Nam áo quần xốc xếch ngồi chờ 3 tiếng ở phi trường Tokyo đợi chuyển chuyến bay đi đến miền đất hứa. Thời gian khá lâu nên bắt đầu cảm thấy đói. Tôi và vài người nữa trong đoàn bèn tới một gian hàng nhỏ bán bánh mì ngay trong phi trường gần đó mua. Lúc trả tiền, người bán hỏi có phải Vietnamese refugees? Tôi trả lời phải. Họ nói khỏi trả tiền, lại còn tặng thêm mỗi người một lon nước.

Tôi trở về chỗ ngồi chưa kịp thưởng thức đã thấy hai người vợ chồng chủ tiệm cùng khiêng ra một khay đầy bánh mì sandwich kẹp thịt và một bình nước lọc với ly giấy tới chỗ chúng tôi đang ngồi tặng cả đoàn. Khi đưa bánh, thấy có một bé sơ sinh, họ bèn cho người đi mua thêm bình sữa.

Hình ảnh làm tôi nhớ mãi là có một bà cụ trong

đoàn vì cảm kích lòng tốt của hai người chủ tiệm, bà theo lối Việt Nam cúi đầu chắp tay xá cám ơn thật sâu. Hai vợ chồng họ bèn nghiêm trang đứng và cũng cúi đầu sâu như vậy trước bà cụ xá lại để trả lễ. Tôi khi đó vẫn còn nhỏ nên hơi ngạc nhiên về thái độ rất lịch sự của họ. Càng lớn lên tôi mới hiểu không dễ gì có một tấm lòng như vậy. Hai người này tuy là người cho, nhưng họ vẫn có tấm lòng kính trọng với người nhận. Một cái cho nhân ái, vô vị lợi, không phải là cái cho kiểu bố thí của anh nhà giàu với một người ăn xin trên hè phố. Mấy chục miếng bánh mì chắc không phải món tiền lớn đối với họ, nhưng vẫn là một số tiền đáng kể họ phải bỏ công làm mới có. Họ biết rằng những người Việt này vài tiếng nữa thôi sẽ đi về những miền xa xôi và chắc sẽ không có cơ hội gặp lại… nhưng họ vẫn sẵn lòng giúp đỡ không hề nghĩ đến sự đền đáp.

Một lần nữa, dù rất muộn màng, xin nghiêng mình cảm tạ tấm lòng nhân ái của đôi vợ chồng người Nhật tại phi trường Tokyo năm nào. ∎

CON MA BÁO THÙ

Năm đó chị tôi thi Tú Tài, bèn rủ thêm vài người bạn thân tới nhà cầu cơ với mục đích hỏi cơ cho biết đề thi đặng học cho đúng tủ.

Sau khi đã chuẩn bị đâu vào đó, đọc bài thơ cầu hồn lên xong xuôi chờ một chút, quả nhiên cơ chuyển động. Có một anh ma đi ngang nhập vô. Và rồi mặc cho mấy chị tôi rối rít hỏi về việc đề thi cử, cơ làm lơ không trả lời mà cứ khen lấy khen để một người bạn của chị tôi đẹp, muốn làm quen. Cơ nói mới gặp mà cơ cảm thấy đã... yêu rồi, tí nữa sẽ theo về nhà, làm chị ấy hoảng quá xô cả bàn cơ chạy vô phòng mạ tôi khóc hu hu vì sợ. Hôm đó mạ phải cho chị mượn sợi giây chuyền có tượng Phật Bà Quan Âm đeo lên người, và sai tôi đạp xe theo hộ tống chị về nhà, dặn không được để thằng ma nào theo chọc chị hết nghe chưa! Tôi hăng hái vâng dạ, nhưng lòng thầm nghĩ ma theo làm sao con biết được mà cản?

Nhưng bữa đó đường về bình yên. Có tôi đạp xe theo sát bên quả nhiên tên ma không dám theo. Và tiếp những ngày sau đó, chị cũng không bị ma nào quấy rầy cả.

Tôi hỏi chị tôi hôm nọ ai nghịch chọc chị H? Chị tôi nói không phải chị, và mấy người kia cũng chối phăng phắc, nhứt định là có ma nhập vô cơ thiệt!

Mặc kệ có ai chọc, ma hay không ma, kể từ hôm ấy, mỗi lần chị H. đến nhà tôi, thỉnh thoảng mang theo chén chè, hay cái bánh gì đó để trả ơn tôi có công đuổi tên cơ đều đó giùm chị.

Tôi dần lớn lên. Chị H. vẫn đến nhà chơi. Và mặc dù sau này chị ấy không mang chè bánh gì nữa, nhưng tôi không cần. Chỉ cần mỗi khi nhìn thấy chị là niềm vui bỗng rực rỡ trong lòng!

Không biết có phải con ma năm xưa đã trở lại, và báo thù bằng cách nhập vào hồn tôi! ■

NỬA ĐÊM

Mấy hôm nay đêm nào tôi cũng giật mình thức giấc vì nghe văng vẳng tiếng nói chuyện trong phòng. Ban đầu tưởng thằng share phòng bên cạnh nửa đêm nổi hứng bật TV lên coi, nhưng không phải. Hắn là người lịch sự, không đến nỗi giữa đêm khuya phá rối giấc ngủ người khác. Vả lại, dù là show TV hay phim bộ, thỉnh thoảng xen vào những lời đối thoại phải có vài khúc nhạc dạo. Đằng này tôi không nghe tiếng nhạc nào cả. Chỉ có tiếng rầm rì nói qua nói lại giữa hai người.

Không lẽ nhà có ma? Giả thuyết này không vững lắm. Vì ngoài tôi ra còn có chị chủ nhà và hai đứa con nhỏ. Ma muốn nhát cũng không ngu đến độ lựa tôi là thằng mạnh bóng vía nhất đời để thi hành thủ đoạn, chỉ uổng công toi. Đã mấy lần tôi bừng dậy khỏi giường bật đèn phòng lên thì tiếng nói chuyện im bặt. Nếu là ma thật thì chắc cũng thuộc loại ma "thỏ đế". Vì vậy tôi không sợ lắm, chỉ lấy làm thắc mắc và tò mò thôi. Có hôm tôi nằm yên cố lắng tai nghe và biết chỉ có hai người, giọng còn rất trẻ. Hình như lúc nào họ cũng bàn bạc hay cãi vã nhau về một vấn đề gì đó. Cứ người này nói qua, người kia nói lại, không ai chịu nhường ai. Cuộc đối thoại kéo dài khoảng năm, mười phút rồi ngừng cho đến… đêm hôm sau.

Cho đến một hôm, vì uống tới hai cữ café tối cùng với mấy tên bạn nên tôi lên giường đã lâu mà vẫn còn thao thức. Khoảng giữa khuya, tiếng nói chuyện bí mật lại nổi lên. Lần này không hiểu sao tôi nghe thật rõ từng chữ một.

Đầu tiên, một người nói:

- Tại sao lâu lâu mày lại rùng mình một cái, không cho ai ngủ nghê gì cả?

Tiếng người thứ hai đáp lại:

- Ai biểu mày… đứng trên đầu tao làm chi rồi cằn nhằn? Mà mày cũng đâu tốt lành gì, thỉnh thoảng lại "Teeee" một hồi nghe nhức óc không chịu nổi.

Mới nghe vài câu đầu tôi đã suýt bật cười. Vẫn giọng điệu cãi vã cố hữu. Nhưng không hiểu chúng nó là ai bỗng dưng kéo nhau vô phòng tôi đốp chát. Tại sao thằng này lại "đứng" trên đầu thằng kia?

Tôi nghe tiếp:

- Nghĩ mà tức, cậu chủ mình thật bất công. Giọng hằn học của "Rùng mình một cái".

"Te một hồi" hỏi lại:

- Tại sao bất công?

- Đáng lẽ mày nặng, tao nhẹ, thì mày phải nằm dưới, tao nằm trên mới phải. Còn tính theo tuổi tác dầu gì tao cũng lớn hơn mày nhiều. Vậy mà cậu chủ không biết nghĩ sao lại đặt mày lên trên, thiên địa luân thường đảo lộn hết.

- Tao lại nghĩ cậu chủ rất có lý. Ở đời ai cũng trọng người có giá trị hơn. So ra, tao "mắc" hơn mày nhiều thì nằm trên là đúng quá rồi.

Đến đây, tôi đã định được rõ ràng nơi phát xuất cuộc đàm thoại lý thú này. Trong ánh sáng mập mờ đèn đường lọt qua khe cửa, tôi nhướng mắt về hướng góc phòng. Trời đất! Không lẽ là chúng nó? Ở góc phòng đâu có ai khác lạ ngoại trừ cái... tủ lạnh cá nhân và cái microwave đặt chồng lên nhau trên một cái ghế.

Không nghi ngờ gì nữa. Cái tủ lạnh nằm dưới, lâu lâu xì gas run lên một cái nên bị thằng microwave ở trên cự làm mất giấc ngủ. Ngược lại thằng microwave khi hâm đồ ăn xong tự động ré lên hồi còi báo hiệu nên bị thằng tủ lạnh cằn nhằn trả đũa.

Và nhân vật "cậu chủ" chúng vừa nhắc tới, xét ra còn ai khác hơn chính là... tôi?

Hồi nãy thằng tủ lạnh than nghe cũng có lý. Ban đầu tôi cũng định dặt cái microwave nặng nề ở dưới. Nhưng khổ nỗi thằng tủ lạnh tuy nhẹ mà lớn xác, nếu xếp như vậy thành ra chênh vênh.

Tưởng là ma quỷ gì phá rối, ai ngờ chỉ hai thằng quỷ này nửa đêm cãi vã làm tôi mất giấc ngủ. Nhất là thằng microwave dám xuyên tạc bảo tôi trọng nó "mắc" hơn nên xếp lên trên. Thằng này thuộc loại ngụy biện không ai bằng.

Hôm sau tôi thử xếp ngược lại.

Để cái microwave xuống dưới, tủ lạnh lên trên. Vì cái tủ lạnh lớn hơn nên tôi phải kiếm miếng gỗ chêm ở giữa.

Tối đến, tôi lên giường và thử lắng nghe chúng nó sẽ nói gì khi… tình thế đổi ngược.

- Ê, ngủ chưa mày? Microwave hỏi.

- Chưa, còn mày? Tủ lạnh trả lời.

Microwave trở giọng thiểu não:

- Nhức đầu quá ngủ gì nổi?

- Sao vậy?

- Tại vì miếng gỗ trên đầu tao chứ còn gì nữa. Tao đâu quen đội gỗ kiểu này? Còn mày? Bây giờ nằm trên sung sướng rồi còn đòi hỏi gì nữa mà chưa chịu ngủ?

- Ngủ gì nổi mày ơi, mỏi chân chết được.

- Tại sao?

Tủ lạnh thều thào:

- Thì cũng tại miếng gỗ chêm quỷ quái đó chứ còn ai nữa. Nó đâu có thẳng mà cậu chủ không để ý, thành ra tao mất thăng bằng từ sáng đến giờ cố ghìm chân lại chứ không ngã mất. Ngủ gì nổi. Ái da! Chắc tao chịu hết nổi rồi.

Microwave ai oán:

- Cũng tại mày bày đặt phân bì thành ra cả hai thằng cùng lãnh đủ.

- Tao đâu có ngờ!

Trời hỡi, ngó xuống mà coi. Đặt kiểu nào tụi nó cũng có cớ để cự nự, than thở. Được rồi, ta đã có cách.

Tôi tách rời chúng ra. Cái microwave vẫn để nguyên chỗ cũ, và dời cái tủ lạnh về góc phòng phía bên kia. Mỗi thằng ở một nơi riêng biệt, gọn gàng, ngay ngắn yên chí là sẽ không lý do gì để tụi nó tranh cãi hay phân bì lẫn nhau nữa.

Vậy mà tối hôm đó mới tắt đèn thiu thiu, đã nghe tiếng rối rít:

- Microwave, cứu tao! Cứu tao với!

Giọng thằng tủ lạnh có vẻ cấp bách.

- Chuyện gì? Microwave hỏi.

- Tao chết mất mày ơi. Cậu chủ dời tao sang đây tưởng là yên thân. Ai ngờ cái chốt điện này ăn thông với phòng bên kia. Hồi chiều bà chủ nhà ủi một lô quần áo dùng quá công suất làm đứt mất cái cầu chì mà không chịu sửa lại làm tao lãnh đủ. Từ chiều đến giờ chưa có giọt điện nào thấm bụng. Chắc chết.

- Ối trời. Nguy to. Tao tưởng chỉ mình tao chịu khổ ai ngờ mày còn tệ hơn.

Tủ lạnh ngạc nhiên

- Mày bị gì?

- Cũng tại cái tật làm biếng vô địch của cậu chủ. Trước kia có mày bên cạnh, mỗi lần ăn cơm không hết, ổng nhét vào bụng mày, khi nào đói lấy ra cho tao hâm lại ăn tiếp. Hồi tối ổng ăn xong còn chút ít làm biếng đứng dậy đi, tiện tay nhét vào bụng tao. Tao thuộc phái nóng, đâu có lạnh như mày nên dĩa cơm thừa bắt đầu thiu. Mùi hôi thối nãy giờ làm tao lợm giọng muốn ói… ọooccc oọccc… ooeẹe

Nghe đến đây tôi không nhịn được nữa, đứng dậy bật đèn lên kiểm soát. Quả nhiên cái tủ lạnh thì khô ran, chẳng lạnh tý nào. Mở cửa Microwave ra thì một mùi thúi um ủm đập vào mặt.

Cả phòng chỉ có hai chỗ cắm điện, một đã bị đứt cầu chì. Tôi đành dời thằng tủ lạnh về chỗ cũ, sắp y như trước đây, nghĩa là cái tủ lạnh để trên cái ghế rồi đến cái Microwave nằm trên. Tạm thời thôi, định mai sẽ tính.

Tắt đèn và vừa nằm xuống giường, tôi hoảng hồn ghe một giọng nói vang lên trong bóng tối. Không phải của thằng tủ lạnh, cũng không phải của thằng Micro-wave.

Giọng đàn bà đứng tuổi rít lên:

- Tổ cha hai thằng nhãi nhiều chuyện. Chúng mày cùng ngự trên đầu bà bấy lâu nay bà có thèm nói tiếng nào đâu! Còn lộn xộn cãi cọ nữa, bà cho lăn đùng xuống đất hết cả lũ. ◼

DUYÊN KHÔNG SỐ

Ngày đó tôi đến trại Thái Lan, và quen Thúy.

Thúy bằng tuổi tôi, đẹp và hát hay lắm. Tôi thì biết đàn guitar. Hai chúng tôi cùng làm chung trong ban thư viện trại, gặp gỡ hằng ngày. Hạp nhau như vậy đó, nhưng thời gian gần gũi còn ít ỏi nên chỉ mới mến nhau như hai người bạn.

Thúy đến trại trước khá lâu, nên quen nhau chỉ được ba tháng ngắn ngủi, gia đình nàng có giấy lên đường định cư tại Mỹ. Đêm trước ngày Thúy rời trại lên đường trúng vào dịp trăng tròn Trung Thu nên Ban Chấp Hành Trại có tổ chức một buổi văn nghệ gọi là vừa mừng Trung Thu, vừa tiễn chân những người may mắn sắp được qua Mỹ xây dựng lại tương lai.

Buổi văn nghệ, Thúy nhận lời hát giúp vui một bản. Nàng yêu cầu tôi đệm đàn guitar cho nàng một lần cuối để ghi lại một kỷ niệm chung cho hai đứa.

Đêm đó, hai chúng tôi được giới thiệu là "Lê Uyên và Phương của Thái Lan". Thúy hát thật xuất thần, và tôi tuy lần đầu trình diễn trước đám đông nhưng cũng hoàn thành nhiệm vụ. Nói nào ngay, chỉ có một cái Micro nhỏ xíu cho ca sĩ nên khán giả chỉ nghe và ngắm "Lê Uyên"

Thúy nức nở với bản nhạc "Ngăn Cách" chứ đâu ai thèm để ý tới "Phương" ThaiNC khép nép đứng sau lưng ôm đàn mà làm gì. Nói thiệt, nhiều khi tôi còn không nghe được tiếng đàn của mình nữa là khán giả.

Sau khi bản nhạc chấm dứt trong tiếng vỗ tay vang dội với những tiếng "Bis!" "Bis!". Có tên còn nêu đích danh bản ruột của Thúy ra yêu cầu *Huyền Thoại Người Con Gái... đi Thúy ơi".* Tiếng hoan hô và yêu cầu rầm rộ làm Thúy cao hứng quay lại nói với tôi "Huyền Thoại Người Con Gái nghe Thái…"

Vậy mà tôi đành lòng nói "Không" với Thúy thật phũ phàng, và không để cho Thúy kịp hỏi tại sao, tôi bước một mạch xuống sân khấu làm Thúy cũng ngỡ ngàng. Thúy có thể hát không cần đàn, nhưng có lẽ cũng mất hứng nên bước xuống theo không hát thêm một bài nào nữa.

Sáng sớm hôm sau tôi muốn gặp Thúy để nói vài lời giải thích, nhưng lúc này mọi người đều bận rộn tiễn đưa nhau. Thúy cũng vậy, nên hai chúng tôi không có một phút nào nói chuyện riêng với nhau được.

Xe đã bắt đầu lăn bánh rời cổng trại mà tôi vẫn chưa nói được lời nào. Thúy ngồi ngay cửa sổ nhìn xuống xe thấy tôi đứng. Nàng vẫy tay chào không nói một lời, mặt buồn rười rượi. Không biết Thúy buồn vì giận tôi, hay buồn vì đang từ giã người bạn một thời khốn khó bên nhau, và tương lai không biết khi nào sẽ gặp lại.

* * *

Chúng tôi mất liên lạc từ đó mãi đến hôm nay. Ba mươi mấy năm đăng đẳng. Thúy đã là…bà ngoại của hai đứa cháu xinh xắn.

Không hiểu sao chúng tôi vẫn còn nhận ra nhau dù trên đầu nửa muối nửa tiêu.

Hàn huyên thăm hỏi một hồi, bắt đầu nhắc đến cái đêm văn nghệ năm xưa đó. Nỗi niềm tâm sự chất chứa bao nhiêu năm của tôi bây giờ mới được giải bày.

Ngày đó, tôi chưa kịp nói cho Thúy biết rằng, tay đàn guitar của tôi còn non yếu lắm. Tôi chỉ mới biết đàn sơ sơ vài bản nhạc tủ và một vài điệu slow hay Boléro ruột là còn võ vẽ chút đỉnh, còn ngoài ra là tôi ấm ớ ngay. Đại khái với những thằng không biết đàn thì tôi là thằng chột làm vua mà thôi. Lúc đó, người biết đàn thực sự và đầy đủ căn bản nhạc lý là anh Dũng. Anh Dũng hơn tụi tôi khoảng sáu, bảy tuổi, là trưởng ban thư viện kiêm trưởng ca đoàn nhà thờ của trại. Anh là anh cả của bọn tôi. Nghe nói anh có hôn thê vượt biên trước và đang chờ anh ở Mỹ.

Anh Dũng thương và coi tụi tôi như em. Những khi ngồi hát hò văn nghệ bỏ túi với nhau, những bài căn bản dễ dàng, anh Dũng biết tôi có thể đệm được thì anh để cho tôi chơi. Còn những bài nhanh và khó thì anh ấy đỡ hết. Trông bề ngoài thì có vẻ như tôi và anh ấy chia nhau đàn, chứ đâu biết anh ấy là sư phụ, và tôi chỉ đáng làm học trò. Cả Thúy cũng không nhận ra điều này. Nàng thấy rằng mỗi lần họp mặt ca hát, bản nào nàng ca cũng có người đàn theo, lúc thì tôi, lúc thì anh Dũng, cho nên bản "Ngăn Cách" chơi theo điệu Boston chậm, và tôi có chuẩn bị trước nên có thể đệm theo dễ dàng, chứ còn bản "Huyền Thoại Người Con Gái" này thuộc loại kích động và nhanh, tôi lại chưa chuẩn bị. Bể dĩa là cái chắc!

Nhưng khi đó tôi không đủ can đảm thú nhận mình không biết. Chỉ nói một chữ "không" trơ trụi vậy bảo sao Thúy không trách và buồn cho được?

Tôi biết, nhưng thà để cho Thúy trách rồi sẽ giải thích sau chứ không dám gồng mình đàn cho nàng hát.

Câu chuyện là như vậy đó. Thời gian qua thỉnh thoảng ngồi nhớ lại những lỗi lầm thời trai trẻ, tôi vừa tức cười vừa bứt rứt vì chuyện này.

Nghe tôi trút bầu tâm sự xong, Thúy cười an ủi.

-Thôi Thái quên chuyện đó đi. Thúy biết lâu rồi. Thông cảm, thông cảm.

Tôi ngạc nhiên

- Sao Thúy biết?

Nàng hỏi lại:

- Biết ông xã Thúy là ai không?

- Ai?

- Anh Dũng chứ ai. Anh ấy nói cho Thúy biết chuyện của Thái từ lâu rồi.

Tôi ngạc nhiên quá! Tại sao anh Dũng lại thành chồng của Thúy được nhỉ? Không phải là ngày đó anh ấy đã có hôn thê chờ ở Mỹ hay sao?

- Duyên số hết Thái ơi.

Thúy kể

… Không ai ngờ được anh Dũng và Thúy cùng về định cư một tiểu bang, chung thành phố, rồi lại vô đại học chung trường nữa chứ. Lúc đó khi anh Dũng qua tới nơi thì hôn thê cũ của anh không chờ đợi được, đã ôm cầm sang thuyền khác. Tụi này gặp. Anh ấy thương Thúy, Thúy cũng thương ảnh, rồi… cưới nhau. Vậy mà đã gần hai mươi tám năm. Bây giờ tụi này làm ông ngoại bà ngoại rồi đó nghen.

Ôi! Duyên số! Duyên số!

Họ đúng là duyên số.

Còn tôi, tôi là… duyên không số! ■

CHUYỆN THẦY TRÒ DR. LE

Tôi ghi danh học một lớp tại trường đại học cộng đồng community college, ngẫu nhiên vô trúng lớp của một giáo sư Việt Nam, Dr. Shawn v. Le, gọi tắt là Dr. Le.

Dr. Le chỉ dạy part time một lớp này mà thôi. Ông làm khoa học gia cho hãng IBM, dạy thêm vào buổi tối… cho vui, vì ông thích môn toán, và thích dạy học.

Trong lớp có một bác Việt Nam tên Tâm mới qua Mỹ đang bắt đầu đi học lại. Bác Tâm tương đối khá lớn tuổi và nghe kể ở VN bác từng là giáo sư dạy trung học. Qua Mỹ tuy đã muộn màng nhưng vẫn còn trong tuổi đi làm nên bác đang trở lại trường mong lấy cái bằng Technician cán sự điện tử để mưu sinh.

Một hôm sau giờ học, tôi nán lại nói chuyện chơi với bác Tâm, Dr. Le tiến tới và hỏi chuyện bằng tiếng Việt rất rành rọt làm tôi ngạc nhiên. Biết thầy là người Việt, nhưng học được ba bốn buổi rồi mới lần đầu nghe Dr. Le nói tiếng Việt. Dr. Le hỏi bác Tâm có phải ngày xưa vào khoảng năm đó, ở tỉnh đó, dạy ở trường đó…

Tất cả đều trúng.

Ông đứng ngay người khoanh tay nói "Thưa thầy, con là Sơn ngày xưa từng học với thầy".

Té ra Dr. Le thời trung học là học trò của bác Tâm này đây. Dr. Le đi du học, lấy bằng tiến sĩ về toán và nay đang làm giáo sư dạy lại cho chính ông thầy của mình năm xưa.

Từ trước đến nay bác Tâm vô lớp luôn luôn có một chai nước lọc cạnh bên. Bác mắc bệnh gì không biết, lúc nào cũng uống nước. Còn Dr. Le thì đi dạy cũng có ly café trên bàn thấm giọng để giảng tiếp. Kể từ hôm biết bác Tâm là thầy của mình ngồi phía dưới, tôi để ý thỉnh thoảng Dr. Le nâng ly hướng về phía bác Tâm gật đầu một cái ngỏ ý mời thầy rồi mới uống cà phê. Bác Tâm thì mỗi lần như vậy cũng rất lịch sự nâng chai nước đáp lễ ông thầy học trò cũ lễ phép này.

Câu chuyện thầy trò Dr. Le rất nổi tiếng trong trường tôi thời ấy. ■

MỘ KHÔNG HOA

Ngày cuối năm, tôi mang hoa vào nghĩa trang thăm ba mạ.Từ khi đưa mạ vào đây yên nghỉ, tôi vẫn vài tuần ghé qua và mang hoa tươi cho mạ, mặc dù nhiều khi tôi nghĩ nếu nói được với tôi, chắc mạ sẽ nói "Thôi đừng con, tốn tiền. Để tiền đó dồn lại gởi cho mấy chùa nuôi trẻ mồ côi hay mấy viện dưỡng lão nuôi người già cả neo đơn ở VN", và chắc tôi sẽ cãi với mạ rằng "Không có chi. Bao nhiêu đâu! Ở đây ai cũng có hoa thì ba mạ cũng phải có hoa chứ!".

Tôi để ý có một ngôi mộ khá đặc biệt. Đặc biệt, vì trong khi trên các tấm bia khác đều bắt đầu bằng tên tuổi của người khuất bóng, dưới là pháp danh, hay nhũ danh gì đó. Riêng mộ này bắt đầu bằng "Thi Sĩ HH" dưới mới đến tên tuổi. Tôi không biết người nằm bên dưới là ai, nhưng thi sĩ HH thì có biết. Từ lâu rồi tôi thỉnh thoảng đọc vài bài thơ của ông đăng rải rác trên các báo Việt ngữ ở đây. Ông không nổi tiếng, nhưng chắc cũng có vài bài thơ nào đó khá đặc sắc để cho tôi vẫn còn nhớ đến tên tác giả. Bặt một thời gian không thấy ông xuất hiện trên thi đàn nữa. Nghĩ chắc là ông tạm thời không có hứng sáng tác hay bận rộn việc chi đó, đâu ngờ ông đã ra đi và vào đây làm hàng xóm với ba mạ tôi! Từ đó, mỗi lần thăm ba mạ, tôi lại đến thăm mộ và cắm một nén nhang cho ông.

Hôm nay cũng vậy, tôi mang hoa cho ba mạ và ghé qua ông như thường lệ.

Ra về, xe đã sắp vào freeway, bỗng cảm thấy điều gì trống vắng. Ngày mốt là Tết. Nhớ lúc nãy mộ nào cũng có hoa tươi do thân nhân đưa đến, rực rỡ một vùng, riêng mộ ông thi sĩ thì trơ trọi.

Cảm thấy áy náy làm sao! Tôi không đành lòng nên quành xe ghé tiệm mua một chậu hoa và trở lại nghĩa trang.

Tặng ông thi sĩ đón Xuân.

Đường về nhà bỗng thảnh thơi, rộn ràng, không còn cái cảm giác trống vắng như lúc nãy nữa. Xuân đang đến... ■

THIÊN ĐƯỜNG CŨNG LẦM LỖI

Josh Smith. là một sinh viên đẹp trai, cầu thủ chơi Baseball cho một trường đại học nổi tiếng tại California, tương lai sáng ngời, bỗng nhiên một hôm ra đường bị tai nạn xe hơi đụng chết...

Khi hồn Josh Smith lên tới thiên đường mới biết có sự lầm lẫn. Thiên đường làm lỗi lộn tên anh với một Josh Smith khác, nhưng đã trễ, không thể trở lại trần gian vì thân xác của Josh đã được hiến tặng mọi bộ phận cho y khoa Hoa Kỳ nên tất cả đã không còn gì. Josh giận quá đòi kiện lên Thượng Đế. May sao Thánh Phê-Rô đã tìm được phương pháp đền bù cho anh.

Thánh Phê-Rô tìm ra một người Josh Smith khác 35 tuổi, đáng lẽ phải chết do say rượu đi bộ hôm nay sẽ bị đụng xe nên sắp đặt cho anh sống lại với thể xác của Josh Smith này. Không còn đường nào khác hơn anh đồng ý chịu.

Khi Josh tỉnh lại và hỡi ơi với cái thân xác xấu xí, ù lì, và đặc biệt là một người Mỹ da mầu, hoàn toàn khác với anh. Thiên đường cho anh một đặc ân là vẫn còn nhớ một số quá khứ kiếp trước, để anh đủ nhận thức nàng

Sue và thằng con Michael, là vợ và con của người tên Josh Smith kia đã chết. Anh chỉ mượn thân xác của ông ta để tạm thời sống lại mà thôi. Họ không phải là vợ và con của mình.

Nhưng dù anh nói cách nào đi nữa vẫn không ai tin. Mọi người cho rằng sau tai nạn, đầu óc anh có vấn đề phải đưa đi bác sĩ tâm thần, và dĩ nhiên là không có kết quả gì.

Dù muốn hay không Josh Smith cũng phải ở lại đây với ngôi nhà của Josh Smith kia, với nàng Sue luôn luôn hiền dịu, chiều chuộng chồng, và với thằng con tên Mi-chael 12 tuổi sợ bố nó như sợ cọp.

Thời gian mấy tháng nữa trôi qua, Josh Smith sống trong sự thương yêu của Sue. Anh cảm động khám phá ra rằng người đàn ông trước của hình hài của anh đang mang vốn là một tên say sưa, bất tài, không nghề ngỗng gì chắc chắn, và chỉ sống chủ yếu vào đồng lương cần cù của vợ là nàng Sue. Nhưng nàng Sue thì vẫn luôn một mực thương yêu chồng và con vô cùng.

Một hôm anh ở nhà thấy thằng con Michael đang treo một cái bánh xe cũ ngoài sân và chăm chỉ đứng từ xa cố liệng trái banh vào lỗ hổng ở giữa cái bánh. Té ra thằng con Michael đang tập luyện để thành một Pitcher cho đội Baseball của trường nó. Josh Smith bỗng thấy cánh tay mình rung động. Tâm thức của một Josh Smith của kiếp trước, tay ném Pitcher số một của đội Baseball trường UCLA bỗng nhiên cuồn cuộn trở về trên cánh tay. Anh lấy trái banh từ thằng Michael, và chỉ một cái vung tay là trái banh đi vào tâm điểm cái bánh xe trước cặp mắt kinh ngạc của thằng bé.

Để chứng minh không phải là may mắn, Josh Smith lần lượt đứng thật xa, dưới bất kỳ góc độ nào trái banh cũng dễ dàng trúng tâm điểm ...Lần lượt những đường banh nổi tiếng của Josh Smith ngày nào, nào là "fast ball", "curved ball", "breaking ball"... Tất cả những đường banh tuyệt kỹ đó lần lượt trở về thể hiện trong những cú ném thần sầu của anh trước cặp mắt tròn xoe không thể nào tin nổi đây là sự thật của thằng bé Michael.

Josh Smith reo lên sung sướng. Thiên đường đã vô tình hay cố ý để lại một tài nghệ, khả năng chơi bóng tuyệt vời ngày trước của anh lại cho anh không suy suyển mảy may.

Một tháng sau, anh ra sức huấn luyện, truyền dạy cho thằng con Michael những đường ném bóng tuyệt vời của anh. Tài nghệ chơi baseball của thằng Michael tiến bộ cực kỳ đến nỗi nhà trường chú ý, dọ hỏi và biết bố nó là Josh Smith đã dạy nó làm cả trường ngạc nhiên.

Tuy vậy, sự thật vẫn là sự thật. Nhà trường của Michael mời Josh Smith về làm huấn luyện viên cho đội baseball của trường chuẩn bị tham dự giải vô địch hằng năm của các trường trung học.

Từ ngày tìm lại được khả năng chơi baseball của mình, Josh Smith đã có được niềm vui trở lại. Anh cảm thấy cuộc sống hiện tại của mình thật ra cũng...not bad, không đến nỗi nào. Một mặt anh mang hết tài nghệ ra sức truyền dạy cho thằng đệ tử ruột là Michael Smith trở thành một pitcher có triển vọng và tương lai, mặt kia ra sức huấn luyện cho đội baseball trường Michael chuẩn bị cho giải State Championship.

Sáu tháng trôi qua. Josh ngoài những lúc chơi Baseball, anh dần dần sống hài hòa trong thân xác của Josh Smith kia. Anh là một người chồng, người cha gương mẫu, không hề say sưa thô lỗ đánh đập vợ con như Josh Smith kia đã từng làm, lại có công ăn việc làm vững vàng và được dân cư thành phố kính trọng.

Có hai người hạnh phúc sung sướng nhất trên đời là nàng Sue và thằng Michael. Họ hoàn toàn không biết gì về chuyện cải xác hoàn hồn của hai người đàn ông cùng mang tên Josh Smith này. Họ chỉ tin rằng Thượng Đế đã nghe thấy những lời cầu nguyện của họ và đã cho chồng và cha của hai người thay đổi hoàn toàn.

...

Đội bóng trường Michael Smith vào chung kết giải State Championship tiểu bang Alabama.

Michael Smith ném trái banh cuối cùng kết thúc trận đấu. Thắng hay thua quyết định ở đường banh này. Đường "breaking ball" tuyệt kỹ của Josh Smith truyền dạy cho Michael loại được đấu thủ bên kia mang về chiến thắng đầy vẻ vang cho Winslow Middle High School ngôi vị State Championship đầu tiên của trường.

Sau khi trọng tài vung tay ra hiệu là Michael Smith chiến thắng, khán giả ùa ra sân, và không ai nhanh bằng chính ông huấn luyện viên Josh Smith cùng bà vợ là nàng Sue. Hai người cùng ôm choàng lấy Michael mừng rỡ. Thằng Michael bật khóc. Sue bật khóc. Và lạ thay, Josh Smith cũng bật khóc.

Giữa lúc đó Thánh Phê-Rô từ Thiên Đường hiện ra. Thánh cho Josh hay đã đúng thời hạn một năm giao ước giữa hai người. Ông đã tìm ra một hình hài khác đúng y như Josh Smith ngày trước để anh có thể hoàn toàn phục sinh vĩnh viễn trong thể xác đó, không cần phải sống tạm bợ trong thân xác xấu xí hiện thời của anh.

Anh cần phải… ra đi!

Nhưng Josh đã nói với thánh Phê Rô, anh đang thoả mãn với hoàn cảnh hiện tại, hạnh phúc với tình yêu chân thành của Sue cùng thằng bé Michael, và cảm thấy không cần phải thay đổi gì khác hơn. Anh không còn luyến tiếc kiếp sống trước nữa, đồng ý hủy bỏ lời giao ước với thánh Phê-Rô và tình nguyện ở lại trong thể xác này vĩnh viễn.

Thánh Phê Rô chấp thuận, chúc lành cho gia đình Smiths, và từ giã.

Và lạ thay, khán giả cả cầu trường bật tiếng hoan hô vang dội khi Josh và Sue hôn nhau say đắm như chưa bao giờ họ được hôn nồng nàn như vậy. ∎

Tranh Đinh Trường Chinh

FATHER'S DAY,
CÓ MỘT THẰNG BÉ KHÔNG CHA…

Tôi nhận việc mới làm hãng này được 3 tháng. Công ty cho biết họ mướn tôi để thế cho J, mấy tháng trước bị stroke phải nghỉ chữa trị một thời gian. Sau khi tưởng rằng đã lành lặn hẳn J đi làm trở lại mới khám phá một phần nào đó não bộ của anh ta bị hư hỏng nên đã quên đi rất nhiều trí nhớ thuộc phạm vi chuyên môn, không thể đảm đương công việc này được nữa nên buộc phải nghỉ hẳn, và công ty phải mướn người mới vào thay thế.

Nhưng vận hạn của J không chỉ có vậy. Tháng trước, một hôm J cảm thấy trong người bất thường, đau đớn lạ kỳ phải vào bệnh viện mới khám phá chứng bệnh ung thư ngầm đến giai đoạn cuối cần phải mổ gấp.

J không thể vượt qua số mệnh, và tức tưởi ra đi khi tuổi chỉ mới ngoài bốn mươi.

…

Thứ Sáu hai hôm trước, tôi đang làm việc, bỗng có thằng bé khoảng 6, 7 tuổi chạy vào đứng cạnh bên nói:

-Who are you? This is my Dad's table.

Đang ngạc nhiên chưa biết tại sao có thằng bé nào tự nhiên ở trong hãng và nói với tôi một cách ngon lành như vậy! Một phụ nữ bước theo vào

- Sorry. Tôi là Donna, vợ của J đây.

Và quay sang thằng bé, cô nói

- Nó là Greg, con của chúng tôi. Lúc trước J hay đưa Greg vào đây chơi nên nó nhớ và chạy lại đây.

Ồ! Té ra vợ con của J người mà tôi đang thế chỗ công việc của anh ta.

Cô cho biết đến hãng để kết thúc giấy tờ bảo hiểm gì đó cho J, và nhân tiện cho thằng Greg đến thăm chỗ làm việc quen thuộc của ba nó lần cuối cùng vì vài tháng nữa gia đình cô sẽ rời sang tiểu bang khác, không trở về nữa.

Donna nói xong, từ giã đi tôi mới nhớ ra một việc nói cô chờ chút, và trở lại bàn làm việc, mở ngăn kéo lấy ra một chiếc xe hơi đồ chơi con nít tìm thấy ở góc ngăn kéo này mấy tháng trước ngày đầu tiên nhận việc. Dĩ nhiên là của người tiền nhiệm làm việc trước tôi ở đây là J chứ ai. Chỉ thắc mắc tại sao J lại giữ món đồ chơi con nít này trong hãng! Và điều kỳ lạ là không hiểu sao tôi không vất bỏ mà cứ giữ ở chỗ cũ y nguyên vậy mấy tháng nay! Bây giờ thấy thằng bé Greg mới biết tại sao có món đồ chơi này.

Quả nhiên cả Donna và thằng Greg đều nhận ra đồ chơi của nó, chắc là lần trước ghé đây chơi ra về bỏ quên.

Hai mẹ con từ giã lần nữa. Donna nhìn thấy mấy tấm ảnh gia đình tôi chưng trên bàn bèn nói:

- Happy Father's Day to you.

Tôi suýt nữa buột miệng nói Happy Father's Day lại, nhưng đã ngưng kịp thời

Tuy nhiên hai chữ "father" cô mới nói đã làm cô chạnh lòng, mắt đỏ hoe dẫn con bước nhanh ra.

Tôi không biết nói gì hơn, chỉ nhìn theo sau hai mẹ con họ, lòng cảm thấy một thoáng ngậm ngùi.

Father's Day này có một thằng bé không cha! ∎

CÁI BÁNH CROISSANT
NHÂN LẠP XƯỞNG

Mỗi lần ghé một tiệm bánh nào, trước hết tôi đều muốn tìm xem họ có bán bánh Croissant? Và nếu có hình như khi nào cũng mua ít nhất một cái, đến nỗi vợ để ý hỏi cái bánh Croissant có gì lạ mà tôi khi nào cũng muốn mua?

Well, tôi nói với nàng rằng tôi muốn tìm lại hương vị chiếc bánh của tuổi thơ. Chiếc bánh Croissant ngon nhất đời mà tôi chỉ được thưởng thức một lần rồi chưa bao giờ được thêm một lần nào nữa.

Năm đó mùa Đông ở Huế khi tôi khoảng được bảy, tám tuổi, trời Huế mưa rả rích. Những ngày mưa và lạnh, có tô bún bò là nhất đời. Nhưng một hôm không biết chú tôi đi đâu lên phố, mang về một gói bánh Tây. Tôi được một cái. Lúc đó tôi không biết cái bánh đó có tên là Croissant, chỉ gọi chung là bánh Tây. Và…ôi chao! Chưa bao giờ tôi được thưởng thức cái bánh ngon tuyệt vời đến vậy. Nói đến đồ ăn thì Huế có gì hơn những tô bún bò, mà nổi tiếng nhất ở Huế là Bún Bò Mụ Rớt, cho tới Bánh Canh Nam Phổ, Bánh Khoái Thượng Tứ... tôi còn nhỏ chứ cũng được người lớn dẫn đi nếm qua tất cả. Ngon thì chắc là ngon, nhưng thú thật không để lại trong tâm tưởng ấn tượng sâu đậm của cái bánh Croissant đầu tiên trong đời.

Và bạn hỏi cái bánh đó ngon làm sao mà để lại ấn tượng đến vậy?

Tôi hỏi bạn có bao giờ thưởng thức cái bánh Croissant nào có... lạp xưởng bên trong chưa?

Đứa nhỏ nào thuở ấu thơ mà không thích lạp xưởng?

Tôi cũng vậy, thích lạp xưởng lắm.

Vậy mà cái bánh Tây hôm đó, ngoài hương vị thơm ngào ngạt của mùi bơ, mùi bột nướng thoang thoảng Vanilla, còn có những miếng lạp xưởng mỏng trộn lẫn bên trong cái bánh. Ôi còn gì tuyệt vời hơn!

Tiếc thay tôi chỉ được thưởng thức cái bánh đặc biệt đó có một lần rồi thôi, và nhớ mãi. Sau này dù bao nhiêu Croissant nữa tôi dùng qua. Có những cái ở tiệm bánh Pháp chính gốc làm. Ngon thì có ngon, nhưng không thể tìm lại được hương vị của chiếc bánh năm xưa đó, nhất là không bao giờ thấy những miếng lạp xưởng trộn bên trong.

Vợ tôi biết chuyện cái bánh Croissant này, nhưng nàng lại nói có thể tôi hay tưởng tượng, thích ăn bánh Croissant, rồi lại thích lạp xưởng, cho nên ký ức tuổi thơ của tôi nó...trộn hai thứ thành một chăng? Nàng nghĩ Croissant là bánh Tây, ai mà đem nhân lạp xưởng vào bao giờ?

Có lúc tôi cũng nghi ngờ rằng có phải mình đã trộn lẫn hai thứ yêu thích đó thành một thật chăng? Làm gì có bánh Croissant nhân lạp xưởng?

Vậy mà có đó bạn ơi!

Ký ức của tôi không nhớ lộn chút nào. Tôi đã tìm được cái bánh năm xưa.

Gần đây tôi quen một người Huế. Anh hơn tôi độ mươi tuổi. Trong một dịp ngồi nói chuyện về những món ăn Huế, anh nhắc đến một vài tiệm bánh rất nổi tiếng và rất ngon ở Huế thời anh mới lớn.

Và anh nhắc đến cái bánh CROISSANT NHÂN LẠP XƯỞNG này trời ạ!

Ôi tôi mừng quá. Tha hương bây giờ mới ngộ cố tri! Cái bánh trong mơ, cái bánh của tuổi thơ tôi là... có thật!

Cũng có người một thời mê mẩn nó như tôi đây nè!

Anh ấy cho tôi biết tên của tiệm bánh nổi tiếng ở Huế là tiệm CHAFFANJON và kiếm đâu ra tấm hình cổ của tiệm gởi cho tôi xem nữa.

Ôi tuổi thơ, và cái bánh Croissant nhân lạp xưởng.

CON CHÚA- CON PHẬT

Tuy là Phật tử, nhưng khi vừa lớn lên đến tuổi vào mẫu giáo, ba mạ cho tôi vào một trường đạo của các bà sơ ở gần nhà. Đây là một trường tư thục tiểu học rất danh tiếng ở Huế thời bấy giờ, gọi là trường "MAI KHÔI".

Một hôm có phái đoàn của các Cha từ nơi khác đến thăm. Lúc vào lớp tôi, một Cha hỏi câu gì đó tôi giơ tay trả lời đúng nên được Cha xoa đầu khen và thưởng cục kẹo sữa. Tôi bóc ăn ngay liền trong lớp. Ngon ơi là ngon!

Về nhà tôi hãnh diện khoe với tất cả mọi người, ai ngờ chị giúp việc kéo tôi vào góc, mặt mày lo lắng nói "Thôi rồi T ơi mi ngu quá. Nhà mình là đạo Phật, còn mấy người nớ là đạo Chúa. Họ cho mi ăn kẹo có máu của Chúa trong đó, rứa là mi thành con của Chúa rồi, không phải con của Phật nữa!" Tôi hơi hoảng nhưng vẫn chống chế "Tui thấy có chi mô?" Chị nói "Mi không biết. Khi mô mi chết, con Phật về nước Phật, con Chúa về nước Chúa. Chừ mi là con Chúa rồi không được về nước Phật nữa mô!"

Trời ơi, bây giờ tôi mới thiệt sợ. Tưởng tượng mai mốt chết, cả nhà ba mạ chị em tôi đều về nước Phật với nhau, còn tôi phải một mình bơ vơ về nước Chúa. Ôi thê thảm! Tôi hối hận quá, nhưng đã lỡ ăn cục kẹo, làm sao bây giờ!

Tối đó tôi không dám nói cho mạ và các chị biết tôi đã là con của Chúa, không phải con Phật nữa. Nằm ngủ không yên thút thít tủi phận mình hẩm hiu!

Mạ tôi để ý thấy tôi nằm tấm tức bèn hỏi chuyện. Được lời như mở tấm lòng, tôi khóc ròng kể chuyện cục kẹo, và nhờ mạ nói với Phật cho con trở lại làm con Phật. Con không muốn làm con Chúa mô, hu hu…

Hôm sau mạ tôi la chị người làm một trận vì đặt điều dọa con nít. Nghĩ cũng tội nghiệp cho chị. Chắc là chị thực sự tin như vậy chứ không phải đặt điều để dọa tôi!

Sau chuyện đó, tuy biết là không phải, nhưng thỉnh thoảng trong lớp tôi được ai cho cái gì ăn cũng đều cho lại mấy thằng bạn hưởng. Nói gì nói chứ ráng nhịn chút… cho nó chắc ăn. ■

CƠM CHIÊN- CƠM TRẮNG

Có những buổi sáng mùa Đông tôi thức dậy không phải vì những giọt mưa nhỏ vẫn còn rỉ rả ngoài khung cửa, mà vì một mùi thơm lừng lựng bay khắp nhà.

Mùi trứng, mùi hành...

Ôi, vợ tôi đang chiên cơm!

Một số người tôi quen không muốn nấu ăn trong nhà vì sợ mùi đồ ăn, mùi hành tỏi vương vấn làm hôi nhà cửa. Tôi thì ngược lại, thích cái mùi đồ ăn trong nhà vô cùng. Không còn gì sung sướng cho bằng một sáng trời mưa tí tách và lạnh như mấy hôm nay, bước ra khỏi giường sẽ có ngay một đĩa cơm thơm ngát và nóng hổi lót dạ trước khi đi làm.

Bên ngoài trời đang ướt và lạnh.

Nhưng trong nhà tôi rất ấm.

Ấm vì cái bếp được hâm nóng mỗi ngày có món cơm chiên buổi sáng đang xì xèo bay khắp nhà. Ấm vì có những chiều đi làm về trời mưa và lạnh như mấy hôm nay, bước vô nhà ngửi thấy mùi cơm sôi thơm ngát, rồi lại thêm mùi cá kho, mùi canh bầu bốc lên ngào ngạt khắp nhà.

…

Cũng có những hôm nàng làm cho tôi một đĩa cơm tráng!

Vợ tôi biết tôi đặc biệt thích món cơm tráng còn hơn cơm chiên nữa vì nó luôn luôn gợi tôi một kỷ niệm của tuổi ấu thơ.

Thuở đó nhà tôi có chị người làm hay kho thịt kho tàu. Chị biết tôi thích món này nên khi nào kho xong luôn luôn tráng cái xoong và để dành đặc biệt cho tôi.

Chị có chồng đi lính phương xa. Quê nhà bị chiến tranh bom đạn, đời sống khó khăn, nên chị lên thành thị đi làm thuê kiếm tiền, vài tháng mới về thăm con đang gởi cho bên nội nuôi. Thằng con chị bằng tuổi tôi. Chị nhớ con nên thương tôi lắm. Có một lần tôi ngồi ăn chén cơm tráng chị để dành, chị ở sau lưng ôm vai tôi và nói *"Mạ nhớ thằng Đá của mạ quá!"* Tôi quay lại thấy chị đang rơm rớm nước mắt. Té ra chị nhìn tôi ăn và chạnh lòng nhớ con làm tôi cảm thấy xúc động và thương chị vô cùng! Bỗng nhiên tôi có cảm tưởng tôi biến thành thằng Đá con của chị. Thằng Đá con chị giờ này ở dưới quê chắc cũng đang nhớ mạ nó phải đi làm nơi xa xôi kiếm tiền nuôi nó. Tôi bỏ chén cơm xuống ôm chị, nước mắt chảy ròng ròng. Chị chỉ mới rơm rớm, nhưng vì tôi khóc trước nên chị cũng không cầm lòng được ôm chặt tôi khóc ngon lành.

Bữa đó may mà cả nhà không ai xuống bếp chứ có ai thấy hỏi tại sao hai chị em ôm nhau khóc, thiệt cũng khó trả lời!

Chị làm ở nhà tôi chừng một năm rồi xin nghỉ về lại quê. Ngày chị đi, tôi không khóc, nhưng chị ấy khóc mùi mẫn, ôm hết mấy chị em tôi từ giả; riêng tôi, chị ấy ôm thật chặt và thật lâu.

…

Món cơm tráng chắc nhiều người cũng thích, nhưng tôi nghĩ không ai thích hơn tôi, vì những kỷ niệm ngọt ngào của chị người làm năm xưa. Vợ tôi biết chuyện nên thỉnh thoảng nàng tráng cái xoong thịt kho cho tôi thưởng thức lại món cơm tráng thương yêu của thời thơ ấu đó. ∎

BÔNG ỐT DỘT

Mỗi khi nghe bài hát Hoa Trinh Nữ của nhạc sĩ Trần Thiện Thanh, tôi vẫn thắc mắc có một loài hoa tên là Trinh Nữ sao? Đi hỏi, vài người nói làm gì có! Chỉ có mấy ông nhạc sĩ thấy cụm hoa dại nào đó trong rừng nên "...gọi là hoa Trinh Nữ, để nhớ người yêu rất xa" mà thôi.

Lâu dần rồi tôi cũng tự tìm biết thực sự có loài Hoa Trinh Nữ tức là Hoa Mắc Cỡ mọc đầy trong vườn nhà tôi thuở xưa. Ôi vậy mà cứ tưởng hoa gì đặc biệt lắm!

Chưa hết, bỗng một hôm thấy trên báo có người gọi là... Hoa Xấu Hổ. Ôi đành rằng mắc cỡ hay xấu hổ gì cũng một nghĩa như nhau, nhưng đây là lần đầu tiên nghe có người gọi Hoa Trinh Nữ là Hoa Xấu Hổ.Tưởng họ đùa chơi, bèn gõ Google thì thấy quả nhiên Hoa Mắc Cỡ còn được gọi là Hoa Xấu Hổ thiệt!

...

Một hôm nhớ Huế, tôi nằm mơ thấy mình ghé qua đất Thần Kinh.

Gặp cô gái Huế, bèn làm quen hỏi chỗ nào có Hoa Mắc Cỡ. Cô nói không biết hoa Mắc Cỡ! Oh! Vậy thì hoa Xấu Hổ? Cô ngơ ngác hỏi lại hoa Xấu Hổ là hoa chi?

Bỗng thấy bên kia có những cây nho nhỏ dưới lùm cây, chạy lại thấy rõ ràng một dãy… Mắc Cỡ mọc tràn ra cả ngoài đường, bèn ngắt một cây đem lại. Cô cười ngất

- Trời ơi cây ni mà anh nói là mắc cỡ hay xấu hổ chi không biết. Không phải mô!

Vây gọi là gì?

- Cây ni ở đây tụi em gọi là... Bông Ớt Dột.

Bông Ớt Dột!

Ừ nhỉ, Huế không nói hoa. Huế nói bông.

Cũng không mắc cỡ hay xấu hổ chi hết, mà là ớt dột!

Giật mình tỉnh giấc, nhớ in trong đầu Hoa Trinh Nữ là Bông Ớt Dột! ■

ÔNG LÁI ĐÒ

Những cơn mưa ở Huế ròng rã kéo dài ngày này sang ngày khác, chơi đùa vọc nước đến chán, tôi bèn tới những gốc cây để… chơi với mấy con kiến.

Bạn biết kiến sống ở dưới đất nhiều khi mưa lớn đến bất ngờ nhiều con kiến chưa kịp di chuyển lên chỗ cao bị nước cuốn đi. Có những con kiến may mắn bám được vào những vật đang nổi trên mặt nước để sống sót, và thường trên những chiếc lá cây.

Nhà tôi có cây Trứng Gà trồng sát nhà và có những cái rễ cây lớn trồi lên trên mặt đất. Giữa hai nhánh rễ lồi lên từ mặt đất đó là một vũng nước mưa khá lớn.

Ban đầu thì không để ý, nhưng sau dần dần tôi thấy có vài chiếc lá cây lững lờ giữa vũng và trên đó có mấy chú kiến đen đang loi ngoi bò. Đây là những chú kiến may mắn không bị nước cuốn đi, leo được lên tỵ nạn trên những chiếc lá này. Tuy vậy chiếc lá cứ nằm ngay giữa vũng không chịu tấp vào một bờ rễ nào để mấy chú có thể lên bờ nhập đoàn cùng những chú kiến khác đang lổn ngổn trên những rễ cây không bị ngập nước đó. Mấy chú mới bò ra tới mép là dừng lại bởi vì tới nữa chỉ là nước.

Chắc mấy chú đang mong chờ một làn gió nào đó thổi lá giạt vào bờ. Nhưng nhiều khi sau cơn mưa trời lại đứng gió, thế là những chiếc lá cứ loay hoay giữa vũng nước giờ này qua giờ khác, không thể giạt vào đâu cả! Cho nên tôi phải dùng ngón tay đẩy giúp cái lá cho nó tấp vào một rễ cây nào gần đó để mấy chú leo lên bờ nhập bọn với đám đông đồng loại.

Một lần kia, ngồi lơ mơ đẩy những chiếc lá như vậy tôi ngủ gật lúc nào không biết và mơ màng thấy:

"Có hai xóm nhà kiến ở trên hai cái rễ cây, cách nhau một giòng sông, nhưng chỉ có một xóm có trường học. Những con kiến xóm bên này muốn đi học phải leo lên những con đò là những chiếc lá cây để sang bên kia. Mỗi sáng sớm đợi đàn kiến leo lên đầy đủ, tôi làm ông lái đò dùng ngón tay chèo con đò là những chiếc lá có đàn kiến đi học sang bờ bên kia đưa chúng nó đến trường. Đến chiều tôi lại làm ông lái đò lần nữa đưa chúng nó về nhà. Tôi nghe văng vẳng có tiếng trẻ con cười đùa ríu rít, tiếng rượt đuổi vui chơi... tất cả âm thanh của một trường học bên tai."

Giấc mơ ông lái đò đưa kiến đi học đó ở trong tâm trí tôi bao nhiêu năm tháng không phai mờ. Hôm nay những cơn mưa của ngày xưa thơ ấu đó đang gọi đàn trở về và mang theo cả những chiếc lá đầy kiến của một giấc mơ ngủ gật năm nào. ∎

TÂM KIẾM

Trời gần về chiều, nhưng cơn nắng gay gắt vẫn bao trùm vạn vật. Dưới sức cuồng nộ của thần Mặt Trời, ngọn Hồng Lĩnh nằm yên chịu đựng. Thoai thoải ven sườn núi đến con đường mòn tận đằng xa, cả rừng cây rậm rạp bị ngự trị và khuất phục trước uy vũ thiên nhiên lặng yên không di động; ngoại trừ một bóng trắng đang di chuyển an nhiên trên con đường.

Khách bộ hành là một người đàn ông đứng tuổi. Chiếc áo choàng màu trắng dính đầy bụi đường vì quãng đường dài trước khi đến đây. Vầng trán rộng dưới chiếc nón rộng vành lấm tấm vài hạt mồ hôi, nhưng đôi mắt sáng không tỏ vẻ gì nhọc mệt, chân vẫn nhịp bước tiến về phía trước.

Khi đã đến chân núi, khách dừng lại quan sát địa thế. Có hai con đường đi lên núi. Một ở phía đông, và một ở phía tây. Tây lộ thẳng tắp và đầy dốc đá hiểm trở. Đông lộ thoai thoải và ngoằn ngoèo như con rắn uốn mình lên núi. Cả hai đường đều rất hẹp chỉ đủ một người lách qua. Khách dợm mình định lên tây lộ để rút ngắn quãng đường. Bỗng ông chú ý thấy bên đông lộ một làn khói bốc quyện lên. Phía dưới thấp thoáng một mái tranh ẩn mình trong lùm cây sum suê. Té ra ở ngọn núi trơ trọi giữa một vùng hoang vu này cũng có người cư ngụ. Có lẽ gia đình của tiều phu hay thợ săn chi đây. Khách chợt cảm thấy một niềm vui nho nhỏ loé lên trong lòng. Nhìn về phía mặt trời nhẩm tính thời gian vẫn còn rộng rãi, ông quyết định đi con đường phía đông.

Người áo trắng khoan thai tiến lên. Càng về phía trên, ông nhận thấy những cụm hoa rừng mọc thành từng hàng thẳng thớm. Đi thêm đoạn nữa, quả nhiên có một căn nhà tranh gọn ghẽ xuất hiện trong tầm mắt. Ông tiến đến đưa tay gõ cửa.

Đợi một chút, đột nhiên cánh cửa bật mở. Một người đàn ông đứng sừng sững bên trong.

Người áo trắng chắp tay nói:

- Đại huynh, tôi có việc lên đỉnh núi đi ngang đây, có thể xin chén nước?

Người đàn ông ngần ngừ trong giây lát, rồi né sang một bên nhường lối:

- Được, mời ông vào nhà nghỉ mệt.

Khách theo gia chủ bước vào trong. Đây là một căn nhà nhỏ ba gian. Phòng ngoài có chiếc bàn gỗ và bốn cái ghế đẩu để tiếp khách, mặc dù ở chốn hoang dã này chắc khách của gia chủ cũng rất hiếm hoi. Chung quanh phòng thật đơn sơ, vài bộ da thú và đôi sừng hươu khá lớn tại góc phòng. Phía bên kia tường treo một chiếc cung sắt và ống tre chứa đầy tên. Sự bày biện trong nhà khiến khách đoán chừng gia chủ sinh sống bằng nghề săn bắn. Không biết ông ta sống một mình hay có gia đình? Khách đang suy nghĩ, gia chủ đã trở ra kéo ghế ngồi đối diện.

- Mời ông đợi trong giây lát. Tiện nội đang châm trà.

Té ra ông ta còn có vợ ở đây

- Không dám làm phiền nhiều. Xin đại huynh chén nước mưa là đủ rồi.

Chủ mỉm cười thân mật

- Chúng tôi ở đây chẳng mấy khi được tiếp khách. Nhưng dù sao cũng cho phải phép, Chẳng hay…đại hiệp có việc gì phải lên núi? Từ đây lên đến ngọn còn khá xa, đường đi rất hiểm trở.

Chủ nhà tinh ý đoán được khách phải là một bậc kiếm khách giang hồ qua dáng cách khoan thai, thái độ trầm hùng, và nhất là thanh kiếm gác bên cạnh.

Khách trả lời

- Tôi có hẹn cùng người bạn trên đỉnh núi đêm nay.

Chủ nhà khá ngạc nhiên khi nghe khách nói. Kể cũng kỳ lạ. Thiên hạ thiếu chi chỗ ấm cúng thoải mái, lại cùng nhau hò hẹn lên ngọn núi trơ trọi.Nhưng nghĩ lại khách giang hồ thường có những hành động mà người thường không thể hiểu được nên cũng không hỏi gì thêm.

Giữa lúc đó, người vợ của gia chủ đã mang trà lên, rót đầy hai chén.

- Mời đại hiệp dùng trà.

- Cám ơn đại tẩu. Khách đáp lễ.

Chủ và khách cùng bưng chén nhắp vài ngụm nhỏ.

Khách bắt chuyện

- Thật không ngờ giữa chốn núi non hoang dã như

vầy lại có gia đình huynh cư ngụ. Cảnh trí thật hùng vĩ. Đúng là một nơi lý tưởng.

- Đại hiệp nhận xét đúng đó. Chỉ có điều hơi bất tiện là mỗi lần xuống làng giao dịch đổi chác phải nửa ngày đường. Nhưng rồi cũng quen…

- Đại huynh làm nghề săn bắn ở đây?

Chủ gật đầu

- Đúng vậy. Gia đình tôi mấy đời đều lấy nghề săn bắn làm kế sinh nhai. Đó là lý do chúng tôi phải làm nhà ở đây, cách biệt với xóm làng chung quanh.

- Vậy chẳng hay huynh đã có cháu để nối nghiệp?

Nghe hỏi, gia chủ lộ vẻ phiền muộn, trả lời

- Không giấu gì đại hiệp. Tôi cùng nhà tôi chung sống đã lâu nhưng chỉ có môt mụn con trai. Năm nay nó mười tuổi. Kể cũng là hiếm muộn, nhưng nghĩ lại thì dù sao có được đứa con nối dõi tông đường thì cũng mãn nguyện rồi. Vậy mà…Chủ nói tới đây bỗng dừng lại, lặng lẽ lắc đầu

- Chuyện gì xảy ra cho cháu? Khách hỏi.

Chủ buồn bã:

- Tôi cũng không rõ lắm. Cách đây mấy bữa, tôi dẫn nó vào rừng tập bắn, về nhà bỗng lâm ra bệnh nặng.

- Bệnh gì? Chắc là huynh đã mời thầy thuốc?

- Dĩ nhiên. Chỉ một đúa con thôi nên chúng tôi lo lắm. Tôi đã mời hai thầy lang nổi tiếng nhất của hai làng gần đây về chẩn mạch. Vậy mà cả hai đều không rõ bệnh gì. Họ có cho toa hốt thuốc, nhưng vẫn không thấy hiệu nghiệm gì cả. Hà…

Khách lộ vẻ ngạc nhiên,

- Bệnh cháu làm sao?

Chủ rầu rĩ nói:

- Căn bệnh rất lạ đời. Như tôi nói hôm vào rừng tập bắn cung xong về nhà, nó bỗng than lạnh. Đại hiệp thấy lạ lùng không? Giữa trời đang nóng bức như vầy… Càng lúc cơn lạnh càng tăng, hành hạ nó đến chết giấc dù tôi đã đắp chăn ấm và đốt lò sưởi chung quanh cách mấy cũng không giảm.Tội nghiệp, cũng có lúc tỉnh dậy muốn nói gì đó mà không thành lời. Khi tỉnh khi mê. Có lẽ… không qua khỏi. Hà….

Chủ nhà dứt câu, thở dài ảo não làm khách ái ngại. Quả là một điều bất hạnh. Hai vợ chồng đều đứng tuổi, chỉ có một mụn con an ủi lúc về già và để nối dõi. Vậy mà đứa con đó đang bị tử thần đe dọa bằng căn bệnh kỳ lạ.

Một ý nghĩ thoáng qua, khách nói

- Tôi tuy không phải là thầy thuốc, nhưng cũng biết chút ít về y lý. Huynh có thể để tôi xem qua cháu được không?

Chủ nhìn khách nghi ngờ. Bệnh tình của con ông đến thầy lang nổi tiếng còn đành bó tay, huống chi… Nhưng càng nhìn khách, thấy đôi mắt sáng cương nghị, dáng cách ung dung, gia chủ bỗng thấy một niềm hy vọng lóe sáng. Nói cho cùng, gia đình ông đang lúc tuyệt vọng. Đâu còn gì có thể tệ hơn nữa?

Ông phấn khởi

- Thật là may mắn. Nếu đại hiệp chữa được cho cháu thì ơn này chúng tôi không bao giờ dám quên. Mời đại hiệp.

Nói xong, gia chủ đứng dậy dẫn lối cho khách vô phòng bên trong.

Vừa bước vào, khách đã thấy luồng hơi nóng hừng hực từ hai lò sưởi đang đỏ chói than hồng. Trên giường, một thằng bé đang thiu thiu ngủ dưới tấm chăn dày cộm trùm kín từ cổ tới chân, chỉ chừa khuôn mặt trắng bệch. Bên cạnh giường, mẹ đứa bé ngồi yên lặng nhìn con buồn bã. Thấy khách bước vào, bà đứng dậy lùi lại phía sau nhường lối.

Khách áo trắng ngồi xuống. Ông luồn tay dưới chăn nắm lấy cổ tay thằng bé để xem mạch. Trong khi đó, hai vợ chồng người thợ săn tựa cửa nhìn vào dáng diệu hồi hộp. Họ đang tuyệt vọng nên hễ có cơ may nào cứu vãn tình thế đều cố nắm lấy, dù tia hy vọng đó có mong manh.

Cả bốn người, kể cả đứa bé mắc bệnh mê man trên giường đều bất động. Độ chừng tàn nửa nén nhang, khách buông tay chậm chạp đứng dậy. Chủ nhà tiến đến run run hỏi:

- Đại hiệp thấy thế nào?

Khách trầm ngâm chưa trả lời, vợ gia chủ đã quỳ xuống khóc thút thít

- Đại hiệp, xin cứu độ. Chúng tôi nhớ ơn suốt đời.

Khách ngưng luồng tư tưởng đang tranh đấu dữ dội trong đầu, cúi xuống nâng người mẹ đau khổ lên

-Đại tẩu, đừng làm vậy. Tôi sẽ cố gắng.Tôi đang suy nghĩ về bệnh tình của cháu đây mà.

Người chồng dù sao cũng còn bình tĩnh hơn, nắm áo vợ kéo ra ngoài "Để cho đại hiệp suy nghĩ." Ông thì thầm.

Còn lại một mình khách áo trắng trong phòng. Ông chắp tay sau lưng, trán cau lại, nhìn đứa bé. Nó thật đáng thương. Giữa trời mùa Hạ, lại thêm hai lò sưởi chung quanh, vậy mà thỉnh thoảng răng nó đánh vào nhau nghe cồm cộp.

Mình có nên chữa cho nó không?

Thì ra khách đã rõ nguyên nhân gây ra căn bệnh, và biết mình có thể cứu đứa bé thoát khỏi vòng tay tử thần. Điều làm ông suy nghĩ là có nên ra tay chữa trị đứa bé lúc này hay không mà thôi.

Tại sao?

Khách vốn là một bậc đại hiệp nức tiếng võ lâm, luôn cứu khổn phò nguy. Vậy hôm nay vì cớ gì ngần ngại với đứa bé tội nghiệp này. Muốn biết rõ nguyên nhân, chúng ta phải ngược giòng thời gian khoảng mười năm về trước.

...

Mười năm trước, chốn giang hồ bỗng xuất hiện hai tay đại cao thủ. Một người hành hiệp ở phương Bắc, người kia ở phương Nam. Cả hai cùng khá trẻ trên dưới ba mươi, và võ công của họ thật cao cường không ai chống nổi. Lấy con sông Trường Giang làm ranh giới, mọi người gọi họ là Nam Kiếm và Bắc Kiếm, vì cả hai đều lấy kiếm làm binh khí. Tất cả mọi phái võ thời bấy giờ đều công nhận hai người có võ công cao nhất. Nhưng ai là người giỏi hơn trong hai người là một câu hỏi không thể trả lời. Cả Nam lẫn Bắc kiếm đều thuộc giới hiệp ng-hĩa, chung mục đích trừ gian diệt bạo, nên họ chưa bao giờ giao chiến cùng nhau. Thâm chí cũng chưa có kẻ nào được dịp giao đấu với cả hai người để mà bình phẩm, ngoại trừ vài tên đại đạo, nhưng chúng đều đã ra... người thiên cổ. Vì vậy, ngôi vị đệ nhất kiếm võ lâm hơn mươi năm qua vẫn còn để trống.

Đó là những điều giang hồ đồn đãi. Một sự thực mà chỉ có hai người biết rõ, đó là họ đã bí mật thử tài nhau hai lần, và không ai thắng được ai. Mỗi lần thủ huề như vậy, họ đã hẹn thời hạn năm năm cùng nhau tái đấu để quyết định ngôi vị tay kiếm đệ nhất. Hôm nay là ngày hẹn lần đấu thứ ba của họ. Nơi định là đỉnh núi Hồng Lĩnh hoang vu không ai qua lại này. Và khách áo trắng chính là Nam Kiếm trên đường đến nơi quyết đấu.

Chính vì tầm quan trọng của cuộc so tài đêm nay đã làm khách áo trắng suy nghĩ mãnh liệt. Lúc bắt mạch đứa bé xong, ông biết nó bị gió ma xâm nhập. Gió Ma chỉ là tiếng gọi của dân gian chứ thật ra chỉ là một luồng gió chướng cực hàn thỉnh thoảng thổi qua những vùng núi hoang vu và dễ dàng giết hại những ai chẳng may bị nó thổi qua. Vì nguồn gốc hiếm hoi của nó mà những đại phu thường tình của dân gian ít ai rõ căn nguyên, nguồn gốc, và do đó không thể chữa trị bằng những phương thuốc thông thường được. Tuy nhiên đây không phải là căn bệnh bất trị. Những đại phu giỏi và hiểu căn nguyên có thể đặc chế những toa thuốc cực nhiệt và từ từ có thể chữa được. Nhưng ở nơi hoang vu này làm sao có được đại phu giỏi? Hơn nữa bệnh tình thằng bé này đã đến hồi nguy kịch, không còn thì giờ nữa. Ông thấy là nó đã không thể cầm cự được nữa rồi.

Thật là khó nghĩ. Khách áo trắng biết rằng phương pháp duy nhứt ngay bây giờ để cứu sống đứa bé là ông phải dùng công lực bản thân của ông biến thành nhiệt khí thay thế cho thuốc truyền vào đứa bé thì mới có thể hoá giải làn gió ma trong người nó. Dĩ nhiên cứu chữa xong, ông sẽ bị tổn hao công lực nghiêm trọng cần tịnh dưỡng một thời gian dài để phục hồi.

Nếu là ngày khác, ông nào có sá chi, và sẽ không ngần ngại ra tay ngay. Nhưng hôm nay lại khác. Trước đối thủ đồng sức đồng tài, ông cần bảo tồn chân lực để chiến đấu. Điều khó khăn là không thể để đến ngày mai. Mạch của thằng bé quá yếu ớt. Khó lòng qua khỏi đêm nay. Ông cũng không thể dời lại cuộc chiến. Quân tử nhất ngôn. Một lời hứa nặng tựa Thái Sơn.

Ông phải quyết định. Danh dự hay lương tâm? Hơn mười năm ngang dọc, khách áo trắng chưa bao giờ phải đứng trước tình thế nan giải.

" Cạch… Cạạch..."

Đứa bé đang lên cơn lạnh, răng đánh vào nhau làm tim ông đau nhói. Ông bỗng nhớ lại lúc mẹ nó quỳ xuống van nài. Đôi mắt bà đầy vẻ thiết tha cầu khẩn. Ôi lòng mẹ thương con vô bờ bến. Ông cũng nhớ ánh mắt người cha rực niềm hy vọng khi đưa ông vào chẩn mạch. Ngày xưa ông chỉ là đứa con mồ côi được thầy nuôi nấng dậy dỗ từ thuở ấu thơ, chưa một lần được hưởng tình mẫu tử thiêng liêng. Khi trưởng thành xuống núi, ông là kiếm sĩ cô đơn sống với tha nhân, không có gia đình để được hân hạnh làm cha…

"Cạạch… Cạaạch..."

Cơn lạnh đang hành hạ đứa bé mãnh liệt. Ông thấy từ khóe mắt nó hai giọt nước mắt chảy xuống gò má. Hình như nó đang tỉnh, muốn kêu cha kêu mẹ mà không thành tiếng. Hơi thở của nó trở nên mạnh hơn và khò khè dồn dập. Nó đang hấp hối.

Khách áo trắng tuốt kiếm ra khỏi vỏ nâng ngang mày. Mười năm qua thanh kiếm này chưa bao giờ thua. Tuy hai lần nó không thể chiến thắng trước Bắc Kiếm, nhưng nó cũng chưa thua.

Kiếm trong tay, kiếm sĩ quay lại nhìn đứa bé. Ông cảm thấy như người nằm kia không phải là thằng bé con ông thợ săn nữa. Ông thấy rõ ràng là người thầy năm xưa của ông đang hấp hối trên giường bệnh, nói với ông câu sau cùng: "Kiếm để cứu, không phải để thắng. Kiếm có thể giết, nhưng là giết một để cứu mười." Mười năm qua ông đã luôn luôn vâng lời thầy dạy. Tay kiếm của ông cứu khổn phò nguy. Kiếm của ông đã từng nhúng máu không biết bao nhiêu cường hào ác bá… trừ hại cho nhân gian. Thầy của ông chưa bao giờ dạy ông trở thành đệ nhất kiếm sĩ. Chưa bao giờ.

Ông bừng tỉnh. Là đệ nhất, hay đệ nhị kiếm, hay thậm chí đệ thập kiếm thì ông vẫn là ông, vẫn là một kiếm sĩ trừ gian diệt bạo theo đúng lời thầy dạy. Nhưng nếu bây giờ ông quay lưng thì mạng sống thằng bé chắc chắn sẽ bị tử thần cướp đi, và cuộc đời còn lại của vợ chồng người thợ săn tốt bụng này sẽ là những ngày dài cô quạnh.

Không suy nghĩ gì thêm, khách nhảy phóc lên giường. Một tay đỡ đứa bé dậy, tay kia ấn vào huyệt Mệnh môn, ông tập trung tất cả tinh thần và công lực bắt đầu cuộc chữa trị…

Hai vợ chồng thợ săn kiên nhẫn đợi bên ngoài.

Không biết thời gian là bao lâu, cửa phòng bật mở. Khách áo trắng chậm chạp bước ra, dáng điệu mệt mỏi.

Người chồng đưa tay đỡ khách, run giọng hỏi:

- Đại hiệp, ông… không sao chứ?

Người vợ vùng chạy vào bên trong.

Trên giường, đứa con của bà đang thiêm thiếp. Khuôn mặt trắng bệch lúc nãy nay đã ửng hiện vài nét hồng hào. Rõ ràng nhất là nhịp thở. Nhịp thở đều đặn và thông suốt. Trên người nó chỉ còn tấm chăn nhẹ đắp đến ngực. Hai lò sưởi đã tắt tự hồi nào. Làn sinh khí hiện rõ mồn một trên nét mặt đứa bé cho bà biết rằng, nó đã qua cơn bão dữ. Bà muốn chạy lại ôm con nhưng cố dằn, vội chạy ra ngoài hướng về khách áo trắng quỳ lạy liên hồi. Bà muốn nói muôn ngàn tiếng cám ơn nhưng không thể thốt nên lời, chỉ để hai giòng nước mắt tuôn tầm tã. Người chồng tuy chưa vào thăm con, nhưng thấy hành động của vợ cũng đủ hiểu. Bất giác, ông cũng quỳ xuống bên vợ…

Khách áo trắng ngồi xếp bàn yên lặng, không hề biết đến những gì trước mặt mình. Ông đang đi tới cảnh giới vô ngã để phục hồi chân lực đã thất thoát.

Một lúc khá lâu, khách mở bừng mắt. Bên ngoài trời đã tối, chỉ còn ánh nến leo lét duy nhất trong căn nhà. Người chồng mừng rỡ.

- Đại hiệp đã tỉnh.

Khách nhìn ra bên ngoài hỏi:

- Bây giờ là canh mấy?

Người chồng trả lời:

- Độ chừng tàn canh một, sắp sang canh hai.

Khách lẩm nhẩm gật đầu, hỏi tiếp:

- Cháu đã tỉnh chưa?

- Thưa, nó vẫn còn ngủ. Để tôi kêu nó dậy tạ ơn đại hiệp.

Khách xua tay đứng dậy

- Đừng. Cứ để cho cháu ngủ càng nhiều càng tốt. Khí lạnh không còn nữa, nhưng nó vẫn còn yếu. Khi nào cháu dậy, ông anh cứ cho nó ăn cháo loãng, đợi ngày mai vào làng bổ vài thang thuốc bổ. Tịnh dưỡng khoảng nửa tháng là không còn lo gì nữa.Tôi phải đi ngay bây giờ để kịp giờ hẹn cùng người bạn.

Người vợ chủ nhà mới từ phòng con bước ra bỗng lên tiếng,

- Trời đã tối, đường lên núi hiểm trở, đại hiệp lại không quen lối. Hay để ông nhà tôi lên núi mời bạn đại hiệp xuống đây hội ngộ có nên chăng?

Khách mỉm cười

- Cám ơn hai vị. Người bạn tôi tính tình kỳ quái. Ngoài tôi ra không chịu gặp ai đâu.

Nói xong ông cương quyết đi về chiếc bàn nhỏ, cầm thanh cổ kiếm đeo lên lưng. Hai vợ chồng chủ nhà thấy khách đã quyết, không dám ngăn trở, cùng nhau vái vị ân nhân.

- Đại hiệp nhất định phải đi, chúng tôi không dám cản. Ơn cứu mạng cháu chưa có gì đền đáp. Khi xong việc, mời đại hiệp ghé lại đây lần nữa để cháu có dịp bái tạ.

- Xin vâng. Khi trở về tôi sẽ ghé lại thăm cháu, và hai vị.

Đoạn khách chậm rãi bước ra khỏi nhà, tiếp tục trên con đường ngoằn ngoèo dẫn lên đỉnh núi. Hai vợ chồng thợ săn cùng nhìn theo ân nhân cho đến khi bóng ông khuất hẳn trong tầm mắt.

***

Khách áo trắng lầm lũi tiến lên ngọn Hồng Lĩnh. Giờ hẹn với tay kiếm phương Bắc là canh ba. Có lẽ y đã đến và đang chờ. Đêm nay trăng sáng ngời đỉnh núi. Không khí ban đêm mát dịu và tĩnh lặng. Khách áo trắng bước đều trong một tâm hồn thanh thản. Ông nhớ lại lúc dùng dằng chưa dứt khoát chịu cứu trị cho đứa bé. Chỉ chậm trễ chút nữa, ông có thể ân hận suốt đời. Lương tâm đã bình yên, ông trở lại là một kiếm sĩ. Danh dự không cho phép ông hủy bỏ cuộc tranh tài đêm nay dù biết phen này nắm chắc phần thua. Ông sẽ ra tay quyết đấu. Dù đây chỉ là ấn chứng võ học, không phải hận thù quyết tử, nhưng ông cũng hiểu rằng khi đã đến chỗ quyết định tối hậu làm sao tránh khỏi sơ xẩy, mà đao kiếm thì vô tình… Nếu ông có gục ngã, xuống suối vàng cũng không hổ thẹn gặp lại thầy, vì ông đã sống và chết như một kiếm sĩ chân chính.

Chân vẫn nhịp bước chẳng mấy chốc đã lên tới đỉnh. Dưới ánh trăng, một bóng người đứng chờ sẵn. Bắc Kiếm. Áo choàng đen phất phới. Chòm râu quai nón trên gương mặt phong trần, oai vĩ. Người áo đen đứng đó trầm hùng, vững chãi như ngọn Hồng Lĩnh, tựa hồ như không có gió bão nào, không có sức mạnh nào có thể lay chuyển được. Đằng kia, khách áo trắng điềm tĩnh tiến lên. Bước chân ông siêu thoát như nước chảy mây trôi, tưởng chừng không gì trên đời có thể cản được bước tiến của ông. Hai kiếm sĩ, kiếm chưa ra khỏi bao mà khí thế đã đối chọi nhau mãnh liệt bao trùm cả một góc trời.

Hai đối thủ cuối cùng đã đứng đối diện. Họ kính cẩn chào nhau. Người áo đen lên tiếng trước.

- Năm năm cách biệt, bạn vẫn như xưa.

- Bạn cũng vậy. Khách áo trắng cười nhẹ.

- Hai lần trước, chúng ta đều không phân thắng bại. Năm năm trôi qua, sức thành tựu của mỗi người không thể bằng nhau mãi. Đêm nay tôi nghĩ rằng chúng ta sẽ quyết định được. Nếu còn huề nữa, lời hẹn năm năm xin hủy bỏ, vì ta sẽ vĩnh viễn không thắng được bạn.

Khách áo trắng mỉm cười một mình. Chính ông cũng có ý định như trên trước khi đến đây. Nhưng bây giờ đã khác.

- Bạn yên tâm. Đêm nay chúng ta nhứt định sẽ phân thắng bại.

Người áo đen ngạc nhiên

- Bạn tin tưởng sẽ thắng ta như vậy ư?

Khách áo trắng cười lớn

- Không phải. Ta nói sẽ phân thắng bại, nhưng không có nghĩa là ta sẽ thắng và bạn sẽ bại.

- Hay lắm, vậy chúng ta bắt đầu là vừa.

- Được. Lần trước tôi ra chiêu trước. Lần này mời bạn.

Người áo đen cười sảng khoái

- Được lắm. Công bằng lắm. Ta ra tay đây!

Câu nói vừa dứt, thanh thiết kiếm đã nằm trong tay. Người và kiếm từ từ tiến lại. Khách áo trắng cũng đã hoành thanh cổ kiếm mầu bạc chờ đợi. Khi khoảng cách giữa hai người vừa thu ngắn một nửa, người áo đen dừng lại cất tiếng.

- Khoan. Ta có điều muốn hỏi.

- Điều gì?

- Bạn đã lên núi bằng con đường phía Đông hay con đường phía Tây?

- Con đường phía… Tây. Sao?

Người áo đen lắc đầu.

- Bạn đi bằng đường phía Tây thì ta không có điều gì phải nói nữa. Chú ý! Ta ra chiêu đây!

- Sẵn sàng.

Sau một tiếng quát dài, người áo đen và kiếm đã nhập thành một khối, bắn về phía trước. Cùng lúc, vầng sáng bạc trong tay người áo trắng cũng trỗi dậy thành một vòng cầu đón tiếp khối kiếm đen.

Tiếng binh khí bắt đầu chạm nhau dữ dội trong đêm trường. Hai thanh kiếm một trắng một đen xoắn tít lấy nhau. Kiếm khí mịt mù bao phủ cả một góc núi.

Đây là lần giao chiến thứ ba. Họ đã biết tài nhau từ mười năm trước. Mỗi chiêu kiếm đưa ra là một tuyệt học được khổ luyện công phu. Hai đấu thủ lúc thì quấn lấy nhau như nhập thành một, lúc thì người này bị tay kiếm người kia đẩy lùi phía sau. Có khi di chuyển nhịp nhàng dưới đất, có khi lại phi hành qua các tàng cây… Hai thanh kiếm luôn chĩa thẳng vào nhau.

Đang giao đấu kịch liệt, người áo đen Bắc Kiếm bỗng thét to.

- Ngừng tay!

Và kiếm sĩ áo đen vội vàng tháo lui.

- Chuyện gì? Người áo trắng hỏi

- Bạn có bệnh gì trong người không?

- Không. Khách áo trắng cười dài.

- Hay là bạn đã cùng tay cao thủ nào giao chiến trước khi lên đây?

- Cũng không nốt. Tại sao bạn hỏi?

Người áo đen trả lời

- Chưa đến một trăm hiệp mà ta thấy tay kiếm của bạn không còn vững vàng nữa.

- Bạn chỉ tưởng tượng. Ta nhớ nãy giờ bạn chưa thắng ta một chiêu nào cả.

- Đúng vậy. Nhưng tiếp tục thêm một trăm hiệp nữa, có lẽ bạn sẽ thua đó.

- Chưa chắc đâu. Tiếp tục đi. Đừng nhiều lời.

Khách áo trắng nói xong vung kiếm tấn công liền tức khắc không để cho người áo đen suy nghĩ gì thêm. Cuộc chiến lại tiếp tục. Hai thanh trường kiếm vun vút dưới ánh trăng như hai con mãng xà quyện vào nhau kêu thét giữa không trung.

Bỗng cả hai cùng thét lớn và dừng tay lại. Kiếm khí tắt hẳn. Hai đối thủ đứng đối diện nhau bất động. Thanh kiếm đen chĩa thẳng vào cổ khách áo trắng, và thanh kiếm bạc cũng chĩa vào người áo đen, cùng vị trí.

Người áo đen nói trước:

- Đây là chiêu thứ mấy?

- Thứ 199.

- Đúng vậy. Năm năm trước đây, ta với bạn cũng dừng lại ở đây. Ta nhớ là đã quá 200 hiệp.

- 208 hiệp. Ta và bạn cùng cách một ly, nên lấy đó làm hòa. Khách áo trắng tiếp lời

- Bây giờ thì sao? Người áo đen hỏi

Hai thanh kiếm vẫn bất động nguyên vị trí khi nó dừng lại. Nhìn kỹ thì thanh kiếm màu đen cách người áo trắng nửa ly. Thanh kiếm bạc cách xa người áo đen… một ly rưỡi.

Khách áo trắng chậm rãi thu kiếm về

- Ta thua rồi. Từ nay bạn là Đệ nhất kiếm.

Người áo đen cũng thu kiếm lại bật tràng cười dài.

- Đệ nhất kiếm… Ha ha ha. Ta là đệ nhất kiếm rồi sao?

Sau tràng cười sảng khoái, người áo đen bỗng ngưng bặt, mắt loang loáng nhìn khách áo trắng.

- Kỳ lạ. Thật là kỳ lạ. Năm năm trôi qua, kiếm của bạn không tiến lên mà hình như sút giảm? Tại sao? Bạn có gì giấu ta chăng?

- Không có gì cả. Ta vẫn vậy. Chỉ vì bạn tiến bộ vượt bực mà thôi.

Người áo đen lắc đầu

- Bạn đừng giấu ta nữa. Tài nghệ của bạn ta đã rõ. Bạn yếu đi so với năm năm trước nên ta mới có thể thắng một cách dễ dàng như vậy.

Người áo đen nói xong lộ vẻ đăm chiêu suy nghĩ trong thoáng chốc, bỗng mắt ngời sáng

- À! Ta biết rồi! Ta biết rồi…

- Bạn biết gì?

- Thực ra bạn không lên đây bằng con đường phía Tây. Bạn đã lên bằng con đường phía Đông.

- Có gì khác biệt đâu.

Người áo đen nói

- Khác chứ. Trên con đường phía Đông có gian nhà tranh của gã thợ săn. Lúc ta đi ngang qua đó sáng nay đã biết đứa nhỏ con của họ trúng phải âm hàn phong cực độc, bệnh tình trầm trọng. Ta đã định ra tay cứu chữa…

Ông dừng lại, thanh âm trầm xuống

- Nhưng nếu chữa cho nó, công lực sẽ bị hao tổn. Ta nghĩ đến cuộc chiến đấu cùng bạn tối nay nên dùng dằng không định. Cuộc đấu này quyết định danh dự đệ nhất kiếm. Ôi cái danh hiệu này đối với ta quan trọng quá, nên cuối cùng ta quyết định bảo tồn chân lực để chiến đấu trước. Ta định sau trận đấu ta sẽ trở lại cứu trị cho nó sau, mặc dù ta biết mạng nó mong manh chưa chắc đã qua khỏi khi ta trở lại. Bạn cũng lên đây bằng con đường đó, đã gặp đứa bé và đã chữa trị cho nó. Ta biết chắc như vậy vì tay kiếm của bạn không nhanh như xưa nữa. Người luyện võ chúng ta nếu không tiến thì cũng không thể lùi. Thần sắc của bạn an nhiên như vậy chắc không bệnh tật gì. Vừng này hoang vu nghèo nàn, không có đại đạo cao thủ nào khiến cho bạn phải tổn sức. Vậy thì chuyện gì khiến bạn phải hao tổn công lực cho tay kiếm phải chậm đi? Chỉ có thằng bé bị âm hàn cần cứu chữa mà thôi. Bạn đã chữa trị cho nó dù bạn biết rằng như vậy là sẽ thất bại dưới tay ta.

Ta cũng là kiếm sĩ. Ta cũng hiểu rằng kiếm pháp hay thanh danh chỉ là ngoại thân. Cái "TÂM KIẾM" kia mới là cốt tủy của một chân kiếm sĩ. Bạn lấy CỨU làm trọng, lấy THẮNG làm khinh, là kiếm thuật chân chính. Ta lấy CỨU làm khinh lấy THẮNG làm trọng, chẳng mấy chốc sẽ đi vào con đường tà kiếm. Hỡi ơi, trận chiến này thật ra không cần phải đấu. Bạn đã thắng ta tại căn nhà đó rồi. Cái vinh dự Thiên Hạ Đệ Nhất Kiếm này ngoài bạn ra không còn ai xứng đáng hơn. Ta thành thật bái phục… Xin giã biệt.

Khách áo trắng im lặng. Ông không thể nói gì hơn, ngay cả vài lời khiêm tốn cũng là thừa thãi khi mà người đối diện đang cởi mở tấm lòng. Ông hỏi:

- Sao không chờ đến sáng mà bạn phải vội vã đi?

Người áo đen tiến về con đường mé Đông chậm rãi xuống núi.

- Ta xuống nhà thợ săn giúp cho thằng bé chóng phục hồi. Âu cũng là duyên. Bạn đã cứu nó, bây giờ tới phiên ta phải đền bồi. Đợi nó lành bệnh, ta sẽ xin cha mẹ nó thu làm đồ đệ. Mười năm sau sẽ thay ta hành hiệp giang hồ. Nó sẽ sử dụng kiếm của ta, và cái tâm của bạn. Nó sẽ là một kiếm sĩ chân chính… Hahaha!

Người áo đen bỗng trở nên sảng khoái trở lại. Ông đã tìm lại được chân lý, và hài lòng với giải pháp của mình.

Tiếng cười nhỏ dần về phía dưới để lại khách áo trắng một mình trên ngọn Hồng Lĩnh. Vầng thái dương lấp ló từ đằng xa báo hiệu một ngày mới. Vài cơn gió nhẹ ban mai thổi tung chiếc áo choàng trắng phất phơ. ∎

Tranh Đinh Trường Chinh

CHUYỆN CỦA TÙNG

Tùng khẽ nhếch vai để cái túi đi học đeo sau lưng trở lại tư thế gọn gàng. Nó ngoái cổ ra sau kiểm tra lần cuối cẩn thận, và đẩy cửa, giữ vẻ thản nhiên bước vô nhà.

Nó kinh ngạc khi thấy "Dad" John của nó đăm chiêu đi qua đi lại trong phòng khách. "Ủa, sao hôm nay ổng về sớm vậy cà?" Tùng nghĩ thầm. Thấy Tùng đi vào, ông mừng rỡ chạy lại ôm nó.

- Ồ, con đã về! Con đi đâu làm ta lo quá!

- Con đi học về, Dad!

Đang vui mừng, ông John bỗng xịu xuống, Ông buông Tùng ra, đứng lên nghiêm khắc:

- Con nói dối. Hôm nay nhà trường điện thoại cho "Mom" nói con không đi học khiến ta phải bỏ làm về kiếm con cả ngày nay.

Thằng Tùng sợ đến rụng rời tay chân. Trời ơi, vậy là lộ tẩy rồi! Nó mới nghỉ học có một ngày, đã gọi về nhà? Cái trường chi quái ác. Nó vẫn cố chống chế:

- Con đi học thiệt mà Dad.

Ông John nghiêm nghị

- Đừng dối ta, đó là một thói xấu. Hãy cho ta biết chuyện gì xảy ra, và con đã làm gì vì ta đã gọi cảnh sát, tí nữa ta và mom phải báo cáo với họ.

Nghe hai chữ "cảnh sát", Tùng càng hoảng. Câu chuyện không nhỏ như nó nghĩ. Hồi còn ở quê nhà, thỉnh thoảng nó cũng trốn học mấy lần đi tắm sông với tụi bạn, có ai hay đâu. Qua đây mới lần đầu tiên đã bị bắt tại trận. Tùng cảm thấy vừa lo vừa ngượng ngùng vì lỡ nói dối bố mẹ nuôi nó. Nó đỏ mặt ngượng nghịu cúi đầu, không dám nhìn ông John.

Giữa lúc Tùng chưa biết trả lời như thế nào thì cánh cửa bật mở. Bà Linda, "mom" của nó hớt hãi đi vào, nói không ra hơi:

- Kiếm khắp nơi mà vẫn không...

Bà ta ngưng lại khi thấy Tùng đứng đó. Bà trợn xòe mắt như không tin ở chính mình, kêu lên, "Lạy chúa tôi!", quên hết cơn mệt chạy lại ôm choàng Tùng

- Con đi đâu cả ngày?

Vừa nói, bà Linda vừa nhìn thằng bé từ đầu đến chân xem nó có bị xây xát trầy trụa chỗ nào không. Thái độ đầy quan tâm của "Mom" làm Tùng thêm bối rối, cúi gầm mặt.

Sau khi xem xét và thấy Tùng vẫn bình thường, bà Linda yên tâm nắm tay nó kéo vào bếp.

- Tội nghiệp con tôi, chắc nó đói rồi, vào đây mẹ lấy đồ cho ăn.

Nhưng ông John đã cản lại:

- Khoan đã, tí nữa rồi ăn. Tùng phải nói chuyện gì khiến con nghỉ học không xin phép hôm nay. Lát nữa cảnh sát sẽ lại đây đó.

- Ông sao gấp quá, để cho con ăn xong rồi hỏi cũng được mà.

- Bà thương nó quá không được. Nên nhớ nó mới qua và chưa rành luật lệ. Tôi phải biết nó đã làm gì để trả lời với họ chứ.

Nghe ông John nói, bà Linda không biết làm sao hơn, cúi xuống dỗ Tùng:

- Cũng được. Tùng nói cho mom biết tại sao con không tới trường hôm nay đi. Nếu con chỉ đi chơi mà không làm gì bậy, Mom sẽ tha. Lần sau đừng như vậy nữa.

- Con, con...

Thằng Tùng ấp úng, nó biết nói sao bây giờ? Đã đành nó trốn học và nói dối là hai lỗi lớn. Nhưng nào phải nó đi chơi hay làm gì bậy đâu.

- Con đi... shopping.

- Shopping ư? Con mua gì ở đó?

Hai ông bà ngạc nhiên.

Tùng tháo cái túi đi học trên lưng xuống. Lúc này, ông bà John và Linda mới chú ý đến cái túi gồ ghề hơn mọi ngày trên lưng thằng bé. Nó cẩn thận lấy ra một gói giấy: cái xe lửa chạy bằng pin.

Ông John thảng thốt:

- Con lớn rồi sao còn chơi cái đồ này?

- Tiền đâu con mua nó?

- Con mua cái này cho em con ở Việt Nam.

Thằng Tùng mếu máo trả lời và bỗng bật khóc. Nó như được cởi mở tấm lòng.

Hai ông bà John và Linda nhìn nhau. Họ linh cảm đứa con nuôi trước mặt đang mang một tâm sự chồng chất mà nó giấu kín. Nguyên nhân sự nghỉ học của nó hôm nay có lẽ bắt nguồn từ đó...

Tâm sự của thằng Tùng: Nó là một thuyền nhân bất đắc dĩ.

Nói ra thì có vẻ hi hữu, nhưng trên đời có nhiều chuyện xảy ra một cách kỳ cục không ai có thể liệu định được. Và một trong những cái "kỳ cục" đó đã xảy ra với Tùng hơn một năm trước đây, khi nó vẫn còn mang giỏ mía ghim lang thang trên bến đò Kiên Lương mỗi buổi chiều kiếm thêm chút tiền giúp đỡ gia đình.

Nhà thằng Tùng nghèo lắm, nhất là từ khi ba nó mang thêm chứng bệnh bao tử trầm kha, không thể làm lụng gì được nữa. Một mình má nó không đủ sức quán xuyến chu toàn cả 4 miệng ăn trong nhà, lại thêm phần thuốc thang cho chồng. Cuộc sống mỗi ngày mỗi khó khăn. Tính, em nó, còn nhỏ chưa biết gì nhiều, nhưng Tùng đã lớn, dù nó chỉ học lớp Sáu. Sự nghèo khổ và nhọc nhằn đã khiến Tùng khôn trước tuổi để thấy những sợi tóc bạc ngày càng rậm trên nét mặt khắc khổ của má. Những lần bà phải đôn đáo vay mượn trong mỗi lần thuốc thang, viện phí cho ba nó...đã đẩy Tùng ra ngoài xã hội.

Mỗi chiều sau khi đi học về, Tùng đi bán mía ở bến đò Kiên Lương. Nó vô vườn mua rẻ mấy cụm mía về lóc vỏ, và chặt thành từng khúc nhỏ khoảng bằng đốt ngón tay. Xong rồi nó đi kiếm tre, gọt thành những cây nhỏ, mỗi đầu cây tẻ thành sáu nhánh nhỏ khác, vót nhọn, và gắn mía vào, vậy là thành một ghim. Mía ghim.

Nó không bán ở chợ vì ở đó đã có nhiều thằng nhỏ khác bán. Ra nghề sau nên Tùng phải chịu khó lặn lội ra tận bến đò. Tại đây cũng tấp nập không kém chi ở chợ, nhất là vào buổi chiều. Ghe thuyền là một trong những phương tiện giao thông chính của xứ Rạch Giá đầy mương rạch này. Khách hàng của Tùng phần đông là mấy bác xích lô, hay xe ba gác, hoặc những người từ thôn xóm chung quanh khi tan chợ trở về. Ngồi trên ghe gió chiều hiu hiu, có ghim mía nhai đỡ buồn miệng, khỏi phải lóc vỏ, bỏ cùi, mà giá lại rẻ mạt: có 50 xu. Nhai xong nhổ bã xuống rạch là xong, thật tiện.

Công việc làm ăn của Tùng tiến hành suôn sẻ. Mỗi ngày nó kiếm được ít tiền đưa cho má để dành mua thuốc cho ba Cuộc đời bán mía ghim của Tùng không biết sẽ kéo dài bao lâu, nếu một ngày nọ...Hôm đó Tùng ế hàng. Bán từ chiều đến gần tối mịt rồi mà rổ mía mới chỉ vơi nửa. Điệu này hôm nay nó huề vốn là may. Đáng lẽ Tùng về nhà, nhưng nó vẫn ráng kiên nhẫn ở lại. Biết đâu còn nhiều người về bến đò trễ cũng nên. Đang thơ thẩn tìm khách, nó nghe gọi: Mía!

Tùng mừng húm thấy một thanh niên từ chiếc ghe lớn nãy giờ đậu im lìm dưới chân cầu đi ra.

- Mía bao nhiêu một xâu?

- Dạ 50 xu.

- Mày còn mấy xâu?

- Để coi. 1,2,3... 32 xâu.

Anh ấy nói

- Tao mua hết, vị chi là 16 đồng phải không?

Đang mừng nghe nói được mua hết, Tùng khựng lại khi thấy anh thanh niên đưa tờ 100 còn mới toanh. Tiền đâu mà thối? Nãy giờ nó mới bán được có hai mươi mấy đồng, thêm mười đồng tiền lẻ má nó đưa để thối lại, cộng chung cũng chưa đến bốn chục. Tùng lúng túng:

- Anh có tiền lẻ cho em xin, em không có đủ tiền thối.

Hơi ngần ngừ một chút, anh thanh niên nói:

- Thôi cho mày luôn đó nhỏ.

Tùng tưởng mình nghe lầm, nó trợn mắt nhìn anh thanh niên, ông khách rộng lượng nhất trong cuộc đời bán mía mà nó đã gặp. Bỗng nhiên nó nhận thấy cái anh này sao lạ quá, nhứt định không phải là dân ở đây. Nhất là ảnh ốm và trắng, không giống dân bản xứ ở đây ai cũng nở nang và đen sạm. Nó chợt nghĩ đến những tin đồn mà nó đã nghe, không dằn được, buột miệng hỏi:

- Có phải anh ở Sài gòn xuống đây "đi" phải không?

Người thanh niên tái mặt, anh quăng hết mấy xâu mía xuống sông và chụp lấy thằng Tùng, bụm miệng nó lại. Diễn biến xảy ra quá đột ngột nên Tùng không kịp phản ứng, chống cự một cách vô vọng, và bị người thanh niên vác xuống thuyền.

Tùng cố vùng vẫy thật kịch liệt, chân nó đạp tùm lum làm văng luôn một chiếc dép xuống sông. "Trời ơi, cha này định làm gì đây? Đi thì cứ đi, tui đâu có định khai báo gì đâu mà bắt tui?" Nhưng nó chỉ ú ớ không thành lời.

Đem Tùng xuống khoang tàu và đóng cửa lại, người thanh niên cầm một cây sắt dí trước mặt Tùng, "Ngồi im, làm ồn tao đập chết thả xuống sông". Tùng hoảng sợ thôi vùng vẫy. Thanh niên đè nó xuống sàn, và thả tay ra. Bây giờ Tùng mới hơi hoàn hồn chút đỉnh và đưa mắt nhìn quanh. Trời đất ơi! Cái khoang thuyền bé xíu mà đầy những người là người, già trẻ lớn bé, đàn ông lẫn đàn bà, hầu hết đều lạ hoắc từ đâu tới.

Một người đàn bà ngồi gần cất giọng hỏi:

- Thằng nhỏ nào vậy? Sao tự nhiên bắt nó?

Hùng, người thanh nhiên phân trần:

- Tui định mua ít mía mang theo, ai ngờ thằng này biết mình sắp "đi" nên phải đem nó xuống đây đó chứ, lỡ nó đi la tùm lum là bể hết.

Tùng mếu máo:

- Em đâu biết gì đâu, thả em về đi anh ơi, hu hu!

Đám người vượt biên ngơ ngác nhìn nhau. Hùng lại lên tiếng:

- Mày không biết thực không?

- Thiệt mà, cho em về đi.

Anh Hùng quay sang nói với mấy người trong ghe:

- Coi bộ thằng này chỉ tình cờ thôi, nhưng vì an toàn, khi nào mình khởi hành mới thả nó ra được.

- Hu hu! Em về trễ má em đi kiếm.

Một người đàn bà khác lại dỗ nó:

- Thôi em chịu khó ngồi đây chút xíu, tí nữa anh Hùng cho em về nhà... Đây chị cho em một trăm mang về cho má. Bà nhét vào túi áo nó tờ giấy bạc. Nếu ngày thường, có lẽ Tùng đã la lên sung sướng, bữa nay nó phát tài rồi. Nhưng không hiểu sao nó chỉ cảm thấy lo lắng, linh cảm điều gì bất thường.

Điều bất thường đã đến. Đang im lặng bỗng có tiếng gấp rút gõ cửa.

- Ai đó? Hùng hỏi.

Một người đàn ông ló đầu vào thở hổn hển:

- Lộ rồi, Công an sắp đến đây đó, nhổ neo dông liền đi.

Cả khoang thuyền rúng động nghe tin dữ. Từng khuôn mặt hốt hoảng.

"Chết cha, làm sao bây giờ?"

"Lên bờ trốn". "Khổ thân tôi"...

Mỗi người một câu, không ai còn nhớ đến Tùng đang ngồi một góc. Nó cũng lo lắng không kém, chỉ sợ mình bị vạ lây. Anh Hùng hồi nãy la lên:

- Bà con bình tĩnh. Bây giờ ai mà lên bờ là trễ rồi. Đằng nào ghe cũng chuẩn bị, ta đi luôn.

Vài tiếng hô lên đồng ý.

- Anh Hùng nói đúng, mình đi luôn may ra kịp.

- Một liều ba bảy cũng liều.

- Vậy thì mình đi, Hùng lên tiếng. Ai lên phụ tôi kéo cái neo sau, còn anh Tư chuẩn bị lái.

Mọi người đã đồng lòng, chia nhau công việc để ghe có thể rời bến.

Lúc này thằng Tùng muốn trốn lên cũng không ai buồn để ý. Nhưng, có lẽ số phận đã an bài, cái số của nó phải sống xa gia đình nên Tùng cứ nằm yên run rẩy. Nó cũng sợ và lo như mấy người trên ghe. Tùng cảm thấy vừa mệt vừa đói, đầu óc choáng váng. Nó cảm thấy cái ghe chuyển động, tiếng lâm râm cầu nguyện của những người đàn bà trong khoang...và thiếp đi lúc nào không biết.

Thế là chiều hôm đó, trên chuyến tàu vượt biên vội vàng đã mang theo một hành khách không mong đợi: thằng bán mía ghim ở bến đò Kiên Lương.

Tàu đi được ba ngày thì được một tàu buôn ngoại quốc vớt đưa vào bờ Mã Lai, và đến Pulau Bidong sau đó. Mọi người trên đảo ai nghe câu chuyện của Tùng cũng đều gật gù cho là...số mệnh, không ai có thể vượt biển một cách kỳ cục như thằng Tùng.

Hôm đó sau khi tỉnh dậy, nó cảm thấy khát đến khô cả cổ, bèn mò dậy kiếm nước uống. Anh Hùng thấy nó trước tiên.

- Cha chả, thằng bán mía, sao mày còn ở đây?

- Cho em miếng nước.

Hùng đưa cho nó ly nước.

Uống xong, Tùng bắt đầu tỉnh trí và nhớ lại mọi việc.

- Trời ơi, mấy anh cho em về nhà chớ đi đâu đây?

Nó hốt hoảng nhìn chung quanh. Trời đã tối lắm rồi, có lẽ tàu chạy suôn sẻ khá lâu và đang tiến dần ra cửa biển. Bốn bề chỉ thấy nước mênh mông. Xa xa một vài ánh đèn chập chờn từ những tàu đánh cá hay một trạm gác nào đó, leo lét. Thỉnh thoảng lại thấy vài cụm sậy thấp thoáng trong bóng đêm dày đặc. Ba bốn người từ dưới khoang đi lên, họ cũng chợt nhớ ra thằng Tùng. Một bà ái ngại hỏi anh Tư lái tàu:

- Mình đi xa chưa? Hay là tấp lại chỗ nào cho thằng nhỏ lên rồi đi tiếp?

- Trời, bộ giỡn sao chớ? Tối um vầy biết đâu mà vô?

- Nhưng mà cũng phải cho thằng nhỏ về nhà chứ.

Tùng thút thít năn nỉ:

- Không sao đâu chú ơi, chú cho tàu chạy vào gần bờ rồi cháu nhảy xuống bơi vô được mà.

- Nói thiệt với mày nghe nhỏ, không phải tao ác hay là gì hết. Nhưng mày là dân ở đây thì cũng biết, đằng kia toàn là rừng sậy không hà, mày bơi chưa tới là đã lún sình ngủm củ tỏi rồi. Mà tao cho ghe vô gần hơn thì cũng lún luôn, chết cả đám. Ai chịu cho đây?

Thằng Tùng thất vọng nhìn chung quanh. Nó biết chú Tư nói thiệt. Nó bơi như rái cũng khó qua nổi mấy vũng lầy trước khi vào đất liền. Tùng ngồi xuống ôm mặt tấm tức, tự xỉ vả mình ham tiền ở lại trễ tại bến đò làm chi cho bị tai bay vạ gió như vầy...

Vậy mà trong ghe, Tùng lại được đi định cư sớm nhất.

Nó ở trại đâu có ba, bốn tháng thì được hội nhà thờ bảo lãnh sang làm con nuôi của ông bà John và Linda, một cặp vợ chồng Mỹ không con cái.

Mấy tuần đầu ở đảo, Tùng nhớ nhà, nhớ ba má, nhớ thằng Tính em nó, và khóc hoài. Nó giận tất cả mọi người trong ghe đã ép uổng nó đi theo.

Chuyến ghe nó đi thật thuận buồm xuôi gió, không hải tặc, không đói khát. Mấy người lớn tuổi nói trong ghe có "quí nhân" đi theo nên được tai qua nạn khỏi. Và họ bảo nhau quí nhân đó chính là thằng Tùng. Đâu có ai vượt biên một cách bất ngờ như nó đâu. Hồi đó hải tặc lộng hành, ít có ghe tị nạn nào thoát khỏi, vậy mà ghe nó đi êm ru. Vì vậy ai cũng thương và tử tế với nó, họ chia nhau an ủi và nuôi nấng Tùng trong suốt thời gian ở trại vì nó không có ai thân nhân ở nước ngoài cả.

Đêm trước khi Tùng lên đường, mọi người mở tiệc tiễn "quí nhân". Mỗi người một lời khuyên nhủ làm Tùng cảm động quên hết giận hờn. Họ nói riết, Tùng cũng tin là tại số phận của nó phải như vậy. Đây là ý của Trời Phật muốn giúp nó ra nước ngoài ăn học để một mai thành tài giúp đỡ cha mẹ lúc tuổi già. Cuộc sống bon chen lúc còn bán mía ở bến đò Kiên Lương và biến cố vừa qua đã làm cho trí óc Tùng tiến một bước dài. Trước khi từ giã, anh Hùng, người đã bắt nó xuống tàu hôm nọ nắm tay nó xem bói. Anh vỗ tay xuống bàn, la lên:

- Trời ơi, bà con coi bàn tay thằng này nè. Cái đường xuất ngoại của nó dài và rõ như vầy thì đúng là số của nó phải đi du học rồi. Nói thiệt, nếu hôm đó tui không nắm cổ nó kéo xuống ghe thì cũng có người khác làm mờ.

***

Bốn tháng sau khi đến Mỹ, Tùng nhận được lá thư đầu tiên của má nó từ Việt Nam gởi sang. Còn gì mừng hơn được nhìn lại nét chữ của người mẹ thân thương từ quê nhà. Nó ngấu nghiến đọc đến thuộc lòng cả lá thư mà vẫn cứ đọc. Lại có cả thư của thằng Tính nữa chứ, em nó viết: *"Em là Tính em của anh nè anh Tùng, anh còn nhớ em hôn?"* Tùng đang khóc cũng suýt bật cười đọc dòng chữ ngây thơ trên.... *"Ba đang bị đau bao tử mà má không có tiền mua thuốc. Em muốn đi bán mía như anh nhưng má không cho, má sợ em cũng bị bắt đi Mỹ luôn má ở nhà một mình buồn. Anh ráng đi làm như anh con Hà rồi gởi thuốc về cho ba nghe. Mà anh cũng nhớ mua cho em cái xe lửa điện như của con Hà vậy nghe, em ở nhà một mình buồn quá. Nhớ nhe anh Tùng..."*

Dòng chữ ngây thơ của em nó làm Tùng khắc khoải. Ba nó đang bệnh tật triền miên, mà thuốc Tây ở chợ trời thì Tùng dư biết là mắc lắm, làm sao mua nổi? Chưa kể má nó thiệt thà có khi còn mua nhầm thuốc giả nữa.

Còn cái xe lửa điện. Tùng nhớ hồi ở Rạch Giá mỗi lần nhìn chị em con Hà gần nhà chơi cái xe lửa điện của anh tụi nó từ ngoại quốc gởi về mà mơ ước cũng có một cái, nhất là thằng Tính, mê cái xe lửa kinh khủng. Tùng chìu em, vác cuốc đi đào đủ một lon sữa bò đầy giun để con Hà cho gà ăn thì nó mới cho chơi chung. Đến bây giờ em nó vẫn còn mơ ước cái xe lửa.

Tùng muốn xin tiền bố mẹ nuôi nó để mua nhưng lại không dám. Ông bà John và Linda thương yêu, chăm lo cho nó ăn học đầy đủ, nên nó không muốn xin thêm điều gì làm phiền ông bà. Tùng quyết định đi làm để tự mình kiếm tiền. Mà làm gì bây giờ nhỉ? Bán mía như ở Việt Nam ư? Mỹ họ đâu có ăn mía ghim. Mía họ đóng hộp để lạnh, khi nào ăn thì khui ra là xong. Tùng đâu thấy thằng Mỹ con nào bán mía ngoài đường.

May có thằng Tâm bạn chung lớp chỉ nó mỗi ngày sau giờ học hoặc cuối tuần, hai thằng lang thang tới mấy hàng quán hay đến công viên, những nơi công cộng người ta bỏ lại những lon nhôm nước ngọt, chai bia thủy tinh, hay chai ny lông nước... những thứ thiên hạ vất đi rất nhiều nhưng có thể lấy về bán lại cho mấy chỗ làm recycle họ sẽ mua.

Hôm qua mới bán được mẻ đầu tiên sau mấy tháng gom góp nên sáng nay nó và thằng Tâm rủ nhau nghỉ học để shopping mua đồ. Đã lỡ giấu bố mẹ nuôi từ đầu nên Tùng phải nhờ thằng Tâm chỉ dẫn. Thằng này qua đây đã lâu mà lại thường theo anh chị nó sắm đồ nên rất rành đường xá. Đầu tiên, hai thằng đến tiệm thuốc tây Việt Nam có bán loại thùng thuốc đóng sẵn. Tùng nhờ người bán hàng chỉ loại thùng có thuốc trị bao tử để gởi về. Xong xuôi cả hai lại đáp xe bus tới mấy tiệm bán đồ chơi để Tùng tìm mua cái xe lửa điện cho em nó. Lang thang mãi rồi Tùng cũng kiếm được cái vừa ý, và nhất là hợp với túi tiền nhỏ nhoi của nó.

Có điều thằng Tùng chưa rõ là nhà trường Mỹ không giống như ở Việt Nam. Trước kia nó có trốn học đi coi đá banh, hay tắm sông với bạn bè mấy ngày cũng không ai để ý. Nhưng ở Mỹ, con nít thường được chú ý, cho nên khi cô giáo buổi sáng thấy Tùng vắng mặt không xin phép đã gọi điện thoại về nhà. Câu chuyện đổ bể...

Ông John và bà Linda im lặng nhìn nhau. Họ đi từ ngạc nhiên này đến ngạc nhiên khác. Đứa con nuôi của họ chỉ mười mấy tuổi đầu đã trải qua bao lận đận, và cuộc đời của nó thật hi hữu. Đây hẳn là ý Chúa. Chúa đã mang thằng nhỏ đầy tình nghĩa trong trái tim son trẻ kia về đặt trong sự thương yêu của hai người để giúp nó có được cơ hội giúp đỡ cha mẹ nó tận bên kia Thái Bình Dương.

Bà Linda ôm Tùng trong lòng.

- Ôi, con yêu dấu của mẹ. Cha mẹ không trách con nữa. Con thật là một đứa con ngoan.

***

Lúc bà nội Tùng còn sống, nó thường nghe bà kể chuyện ông lão ăn mày nghèo khổ, một đêm trong miếu cổ nằm mộng thấy mình trở thành quan Tể tướng, giàu sang quyền quí, sống cuộc đời cực kỳ hạnh phúc. Giật mình tỉnh dậy trời chưa sáng, tất cả đều hết, ông lại là kẻ ăn mày nghèo khó giữa đêm tối âm u...

Tùng mong mình cũng như lão ăn mày nọ. Tất cả chỉ là một giấc mơ. Nó ước ao một sáng thức dậy, thấy mình vẫn còn nằm trên chiếc giường tre ở quê nhà, nghe tiếng gà gáy và tiếng lục đục của má nó sửa soạn ra chợ. Thấy chân thằng Tính gác trên bụng và hơi thở phì phò trên má... Cho đến khi cảm giác êm ái của chiếc giường nệm và cái lạnh cuối năm của xứ người đưa nó về thực tại. Có những đêm Tùng nằm mơ thấy mình trở về Rạch Giá, lang thang trên bến đò với rổ mía, gặp lại ba má, bạn bè, để rồi tỉnh dậy trong tiếc nuối ngẩn ngơ.

Đêm nay Tùng lại nằm mơ thấy mình về Việt Nam. Giấc mơ kỳ lạ. Nó thấy "Dad" John lái xe chở nó và "Mom" Linda chạy trên xa lộ Mỹ, vậy mà khi ổng quẹo vào exit là đã tới... Rạch Giá một cách ngon lành. Tùng vào nhà gặp má nó, thằng Tính, và điều mừng rỡ nhất là ba nó đã hết bệnh rồi. Tùng khệ nệ khiêng thùng quà mà nó dành dụm từ mấy tháng nay vào đưa cho má. Nào vải, nào thuốc... và dĩ nhiên có cả cái xe lửa điện cho thằng Tính nữa. Rồi trong khi má nó và "Mom" làm cá rô kho tiêu trong bếp, "Dad" John và ba nó ngồi nhậu thật tương đắc. Ngoài sân, thằng Tính lui cui chơi cái xe lửa, thỉnh thoảng khoái chí cười nắc nẻ.

Tùng cảm thấy mình thật hạnh phúc. Nó đã có Ba Má, rồi lại có cả "Dad" và "Mom" nữa, tất cả đều yêu thương nó. Ồ hay, ai nói Việt Nam và Mỹ cách cả một đại dương xa lắm, nhưng với Tùng, nó thấy thật gần gũi trong những giấc mơ như vầy. ■

BAY TRÊN MIỀN QUÁ KHỨ

Quê tôi vốn ở Huế, nhưng tôi lại được sinh ra và lớn lên tại Đông Hà, Quảng Trị. Ba tôi đã làm việc, gặp mạ tôi ở đây, và nhận quê hương của vợ làm quê hương của mình.

Năm đó tôi được mười một tuổi, và đang học lớp 5. Chiến sự leo thang mãnh liệt nơi vùng địa đầu giới tuyến nên ba mạ tôi gởi tôi về lại quê nội ở Huế trước.

Quả nhiên vài tuần sau chiến cuộc bùng nổ. Dòng người di tản từ Quảng Trị về Huế sau đó đã để lại trong lịch sử một đại lộ kinh hoàng của mùa hè đỏ lửa 1972.

Nhưng tôi đã được an toàn ở Huế, tại nhà nó.

Nó cùng tuổi, chỉ kém tôi 2 tháng. Tính theo vai vế thì phải gọi tôi là Chú. Ba tôi là em con chú con bác gì đó với ông nội nó. Cho nên theo lễ thì tôi là chú, bên nội. Không hiểu sao tụi cháu lại gọi tôi là cậu theo như bên ngoại.

Tôi là con một, trong khi nó là chị cả của một đàn em 4 đứa.

Và tôi tuy là cậu, nhưng nhập gia phải tùy tục nên bị coi như đứa thứ 5 nhập bọn với lũ em của nó.

Anh Quản (tức là ba nó) là quân nhân được cấp một đơn vị gia cư trong trại gia binh này. Chị thì tần tảo bán rau trái ngoài chợ từ sáng sớm đến tối, tất bật cả ngày nuôi đàn con cho nên nó làm chị cả có uy lắm. Mỗi ngày ngoài giờ học, nó đều thay mặt ba mạ chăm sóc lũ em.

Nó cai quản lũ chúng tôi theo khuôn phép của lính, nhất là vào giờ ăn.

Nó bắt lũ em đứng xếp hàng từ nhỏ đến lớn, mỗi đứa cầm một cái dĩa tới nó xúc cơm và bỏ đồ ăn vào. Thường là chỉ có một, hai món khô. Có cơm rồi, tự động xách dĩa kiếm một góc ngồi ăn.

Dĩ nhiên là tôi cũng vậy mà thôi.

Tối ngủ nhà hẹp, tụi tôi 4 đứa lớn nằm sát nhau trên nền xi măng giăng chung một cái mùng.

Hai đứa nhỏ nhất được ngủ với ba mạ trong phòng.

Đêm đầu tiên tôi không ngủ được, nằm sụt sùi khóc nhớ nhà, và vì chưa bao giờ nằm trên nền xi măng như vậy.

Ở nhà tôi ngủ trên giường đã quen rồi.

Thấy tôi khóc, nó quàng tay qua vỗ nhè nhẹ lên vai dỗ dành *"Cậu ơi, cậu ngủ đi. Ngủ đi cậu!"*

Chắc là nó từng ru em đã quen.

Nhưng tôi vẫn khóc và không ngủ.

Nó hỏi tại sao?

Tôi thú thật là ở nhà, mỗi tối mạ tôi phải xoa lưng cho tôi ngủ. Bây giờ không có mạ xoa và gãi lưng, tôi không ngủ được.

Nó bèn thò tay vào sau lưng tôi vừa xoa vừa gãi.

Tay nó cũng dịu dàng và êm ái như tay của mạ tôi.

Tôi mới chịu ngủ.

Từ đó trở về sau, cả mấy tháng trời, tôi hôm nào cũng dành với mấy đứa kia để được nằm cạnh cho nó gãi lưng.

Được ba hay bốn tháng gì đó,

Mùa hè đỏ lửa rồi cũng qua. Mạ tôi đến đón tôi về nhà.

Từ giã Huế. Từ giã nó. Tôi mang theo một chút nước sông Hương hiền hòa về mong tưới dịu những vùng máu lửa quê tôi.

Hôm tôi bước lên xích lô với mạ chuẩn bị đi, nó chạy tới đưa miếng giấy có ghi địa chỉ nhà và nói

- Cậu nhớ viết thư cho tui.

- Ừ, Tau sẽ viết thư cho mi.

Nó gọi cậu xưng tui. Còn tôi thì tau-mi, rất kẻ cả.

***

Biền biệt 7 năm trời tôi miệt mài vui chơi quên mất nó. Và dĩ nhiên là không viết lá thư nào cả.

Đầu năm lớp 12, ba mạ tôi lại cho tôi ra Huế học để chuẩn bị thi vào đại học.

Trọ học ở nhà nó.

Ngày đầu tiên gặp lại, tôi giật mình vì nó đẹp quá. Đẹp hơn sự tưởng tượng của tôi khi đang ngồi trên xe đò từ Quảng Trị vào Huế nhiều.

Nó cũng nhìn tôi ngạc nhiên.

Ngày xưa con gái trổ mã sớm nên tôi chỉ đứng ngang mũi nó.

Bây giờ thì nó chỉ đứng ngang mũi tôi.

Nhưng mà nó thiệt là đẹp!

Tôi nghe tim mình xao xuyến, quên mất nó là vai cháu.

Là họ hàng,

Là máu mủ,

Là… không được.

Nó vẫn kêu tôi là cậu, nhưng lần này anh chị Quản bắt nó phải xưng con với tôi cho đàng hoàng. Chị lớn phải làm gương cho lũ em nó đều phải xưng là con với tôi.

Cho nên từ đây nó là CON.

Nó ngượng nhưng không nói gì được.

Riêng tôi thì vẫn mi-tau như ngày nào.

Bữa cơm chiều đầu tiên tôi cứ lén nhìn nó. Nhất là đôi bàn tay.

Nó đẹp nhất không phải ở khuôn mặt, hay dáng vóc gọn gàng, mà là ở đôi bàn tay.

Chắc là tôi có chút thiên vị. Bởi vì tôi vẫn nhớ đôi bàn tay năm xưa đã vỗ về, xoa lưng dỗ tôi ngủ.

Bàn tay của bà tiên tý hon thay thế cho mạ tôi của những tháng ngày loạn lạc.

Tôi chiêm ngưỡng nó đến nỗi nó cũng biết, nên tinh quái nhìn lại tôi, kín đáo xoè bàn tay ra cong năm ngón tay lại như móng vuốt của con Diều Hâu.

Coi chừng. Kỳ này con sẽ cào rách lưng.

Tôi kín đáo lè lưỡi e sợ.

Nó gật gật đầu ra vẻ khen… cậu ngoan.

Chỉ vậy thôi là bảy năm xa cách của hai đứa tôi đã được san bằng.

***

Nó ở chung phòng với mấy đứa em gái.

Tôi thì ở chung với mấy thằng con trai.

Nên mỗi tối gần mùa thi hai đứa tôi phải ra phòng khách ngồi học cho tới khuya.

Nó học cũng khá, chỉ hơi bết môn toán.

Cho nên tôi vừa học vừa kèm cho nó.

Có những đêm bài vở chúng tôi chỉ để đó cho có.

Hai đứa ngồi mà ngó lẫn nhau…

Mong thời gian đừng vội qua mau.

***

Một buổi tối cả nhà đi ăn ky.

Nó viện cớ học thi không đi,

Nhưng ở nhà chỉ coi TiVi .

Nó biết là tôi cũng ở nhà một mình.

Thấy nó ngồi ở phòng khách, tôi cũng theo ra.

Chương trình TiVi chiếu gì tôi không nhớ.

Nó ngồi trên ghế sa lông đắp một cái mền chung quanh thiệt là ấm cúng.

Tôi ghé ngồi kế bên.

Ngửi thấy mùi thơm lừng lựng.

(Không biết là của nó hay là của cái mền.)

Được một lúc, bỗng nó nhìn sang hỏi tôi có lạnh không.

Tôi bảo có.

Nó vén cái mền lên nói qua đây ngồi với con.

Tôi chui qua ngay.

Vậy là hai đứa tôi cuộn chung trong một cái mền.

(TiVi đang chiếu gì tôi thực không biết)

Chỉ biết rằng cái mùi lừng lựng này là… của nó.

Có mùi xà bông tắm,

Có mùi thơm Bồ Kết gội đầu,

và một mùi hương đặc biệt,

(Mà hình như chỉ nó mới có.)

Tôi nghe mát mát ở cánh tay.

Té ra tôi mặc tay đùi, còn nó áo cánh.

Nên da tôi đang chạm vào da nó.

Tôi nghe một cảm giác lạ lùng chưa từng có.

Vừa thích mà cũng vừa sợ.

Tôi sợ mạch máu của tôi sẽ bể.

Tôi sợ nó biết sẽ rút tay lại.

Nhưng không, nó vẫn cứ để yên một cách đồng lõa.

…

Má nó hồng hồng, mắt nó ươn ướt.

Tôi có cảm tưởng nếu tôi nắm một tay nó, nó sẽ đưa nốt bàn tay kia.

Tôi có cảm tưởng nếu tôi ôm nó, nó sẽ rút lại thật nhỏ để cho tôi ôm trọn vào lòng.

Nhưng tôi biết, nếu lỡ mà tôi hun nó,

Cả hai đứa sẽ sa vào bể khổ.

***

Tết đến tôi phải trở về nhà với gia đình.

Nó dặn đi dặn lại là phải trở về Huế ngay… để học cho kịp ngày thi.

Tôi hứa.

Nhưng về trễ hai ngày vì một việc không định trước.

Khi tôi trở lại Huế thì hình như nó giận không thèm ra ăn cơm.

Tôi sốt ruột nhưng không tiện hỏi.

Hôm sau mọi người đã đi vắng hết, tôi gặp quả nhiên thấy nó có vẻ giận hờn.

Tôi hỏi, nó nói con tưởng cậu về ăn Tết, cưới vợ, rồi ở lại ngoài đó luôn không về Huế nữa.

Không biết ai cho nó hay là kỳ nghỉ tết này quả nhiên ba mạ tôi có dàn xếp cho tôi gặp gỡ một người con gái khác ngoài ấy mà ông bà đã chấm làm con dâu.

Tôi vâng lời đi gặp người ta cho có lệ để ba mạ vui lòng thôi, chứ mảnh bằng Trung học chưa xong, lấy chi ăn mà cưới vợ?

Nó biết, nhưng vẫn giận tại sao không nói trước làm nó trông.

Tôi giả lả cho qua và hứa tối nay dắt nó đi ăn chè tạ tội.

Nó chịu, nhưng với điều kiện là nó chọn quán để đi.

***

Tôi trúng kế. Nó chọn ngay cái quán mà tôi sợ nhất đời, và không ngờ nó liều lĩnh như vậy.

Gọi là quán TÌNH NHÂN.

Vì đây là quán chỉ dành riêng cho những cặp tình nhân đến đây với khung cảnh hữu tình riêng tư, thích hợp cho những người yêu nhau tha hồ tình tự.

Chưa hết. Sau lưng quán Tình Nhân là một con đường ngắn giới trẻ ở Huế thời đó gọi là Con Đường Tình Ái.

Không hiểu bắt đầu từ đâu, lúc nào, mà các bạn trẻ ở Huế bảo nhau rằng, yêu nhau mà chưa đến quán Tình Nhân để cùng nắm tay đi trên Con Đường Tình Ái thì kể như... chưa hề yêu, và chắc sẽ không có duyên phận với nhau lâu dài.

Cho nên những cặp yêu nhau phải một lần đến đây như một lời ước nguyện trăm năm không văn bản.

Vậy mà nó đòi cùng tôi tới đó.

Nó thì gan lì hết biết trong khi tôi lo đến sốt vó.

Lỡ ai quen ngó được,

Là chết!

Nó là cháu, tôi là cậu, là họ hàng mà!

Họ hàng đâu được quyền yêu nhau mà tới đây?

Nhưng nó nằng nặc đòi.

Tôi đành nhắm mắt đưa chân.

***

Hai đứa tôi cũng bắt chước họ, bước đi trên Con Đường Tình Ái.

Tôi đã yên tâm phần nào vì ở đây rất tối tăm đâu ai thấy mặt ai trừ người bên cạnh.Vả lại cũng không ai buồn để ý đến những cặp cạnh bên để làm gì.

Tôi và nó cùng bước song song bên nhau thật sát như những cặp tình nhân thật sự khác, chỉ có điều là không nắm tay.

Đang đi, nó bỗng chậm lại và nói:

- Cậu ơi, con ước...

- Mi ước chi? Tôi hỏi.

- Con ước chi con có thằng bồ giống y… giống y… như cậu rứa.

Nó nói đi nói lại chữ giống y như không còn chi giống hơn được nữa.

Tôi nghe tim nhức nhối.

Tau cũng ước chi tau có con bồ cũng giống y… giống y… như mi rứa.

Nhưng tôi đành nuốt vô bụng, giả lờ nói:

- Thì mình đi như ri cũng giống như bồ rồi.

Nó nói không phải.

- Rứa thì răng mới là bồ?

Nó đưa bàn tay.

Tôi lấy một ngón ngoặc vào ngón tay của nó

- Như ri hí?

Nó hình như chưa vừa ý, nhưng cũng gật đầu.

Hai ngón tay đan vào nhau và tiếp tục rảo bước.

Sát đến nỗi tôi ngửi đầu nó thơm ngát mùi tóc.

Bỗng nhiên nó dừng lại, nắm trọn cả bàn tay tôi.

Tay nó run run.

Tôi cũng run run.

Cặp tình nhân phía trước đang dừng lại và hôn nhau đắm đuối.

Không cần biết hai đứa tôi đứng ngó.

Mắt nó vời vợi,

… và đôi môi đợi chờ.

Tôi quàng tay qua âu yếm vuốt ve bờ vai nó

Âu yếm vuốt ve bờ vai...

Từ cổ đến cánh tay.

Rồi từ cánh tay ngược về đến cổ.

Hương con gái từ người nó rười rượi.

Tôi cúi xuống… và hôn lên mái tóc.

Tôi sợ. Tôi không dám bước qua.

Hình như có tiếng thở dài nhè nhẹ.

Nó nói

- Thôi mình về cậu hí.

***

Điện tín khẩn của ba tôi từ Quảng Trị nói tôi phải về nhà gấp. Mạ đau nặng. Tôi bỏ nó, bỏ trường, bỏ tất cả để về nhà.

Mạ vẫn khoẻ.

Chuyến vượt biên sắp tới có một chỗ dành cho tôi.

Tôi bàng hoàng và đau khổ không biết làm sao để liên lạc được với nó.

Ngay đêm đó thuyền tôi ra khơi.

Êm thắm.

Ba ngày sau tôi cặp bến quần đảo của Phi.

Tám tháng sau tôi ở Mỹ.

***

Năm năm sau nó lấy chồng.

Bảy năm nữa tôi mới trở về VN chuyến đầu tiên.

Mười hai năm xa cách.

Gặp lại nó, và hai đứa con gái xinh xinh.

Chứng nó gọi tôi là ÔN.

Ôn mới tròn ba mươi, và cũng còn lẻ bóng.

Cho nên nó nhứt định kiếm cho tôi một người vợ.

Phương Lan thua nó ba tuổi, là bạn thân.

Tôi ở Huế chơi gần một tháng.

Với gia đình nó và Lan.

Không ai nhắc lại chuyện cũ nữa.

…

Khi tôi về VN lần thứ ba là để làm đám cưới.

Không biết tôi cưới Lan vì tôi yêu nàng, hay chỉ vì nàng là bạn của nó.

***

Phương Lan và tôi đã sống bên nhau thật hạnh phúc.

Nàng cho tôi hai đứa con kháu khỉnh dễ thương.

Tôi thầm cảm ơn nó đã khéo chọn cho tôi một người bạn đời.

Nhưng khi mà cuộc sống của tôi đã an bình, đằm thắm, thì cuộc đời của nó lại nổi sóng.

Nó bệnh gì không rõ, phải nằm bệnh viện cả tháng trời chạy chữa. Ngay Lan là bạn thân hỏi nó cũng không nói. Rồi chồng nó bỗng sinh chứng vợ bé, vợ nhỏ khiến nó phải đau khổ và cuối cùng phải chia tay.

Hai vợ chồng tôi cùng lo.

Lan thì thương bạn.

Nàng tưởng tôi thương cháu.

Có biết đâu tôi thương mối tình đầu.

***

Tôi có dịp đi công tác cho công ty tại Nhật, và may mắn là công việc tiến hành suôn sẻ nên thay vì hai tuần, tôi được bốn ngày dư không biết phải làm gì.

Một người bạn đã từng đi chuyến trước nói có thể mua vé thật mau và về VN chơi một hai ngày.

Tôi nghe lời và xếp đặt được chuyến bay về Hà Nội, rồi từ Hà Nội đi thẳng ra Huế trong thời hạn ngắn nhất.

Và tôi có thể ở Huế 24 tiếng, rồi về lại Nhật đúng ngày như dự định.

Bỗng nhiên tôi nghe như tiếng nó gọi.

Một ngày sau tôi có mặt ở Huế.

Nó ngạc nhiên khi tôi gọi từ một khách sạn ở trung tâm thành phố…

Lần cuối tôi về VN cùng với Lan cũng đã trên mười năm. Rồi sau đó chúng tôi có con và lo xây dựng cuộc sống nên đã lâu không trở lại.

Lần đó gia đình nó vẫn còn êm thắm.

…

Nó đến.

Tôi sững sờ chưa kịp hỏi tại sao đến nỗi.

Ở lứa tuổi mới bắt đầu năm mươi của tôi và nó, cùng lắm là tóc điểm muối tiêu. Hầu hết phụ nữ đều nhuộm đen che giấu.

Nó thì không.

Tóc trắng phau phau.

Sương mai gầy guộc.

Nhưng nó không để cho tôi hỏi.

(Chắc vì tôi giang tay.)

Nên nó chỉ la lên "Cậu ơi!!!", rồi chạy a vào người tôi như cơn gió.

Ôm chặt cứng như thể sợ tôi biến mất.

Nó vẫn quen miệng gọi cậu.

Và chỉ một giây đó thôi, tôi đã quyết định sẽ đứng bên ngoài xã hội.

Mặc kệ những gì mà luân lý sẽ nói là có tội.

…

Không biết hai đứa tôi ôm xiết nhau được bao lâu.

Tới lúc tôi muốn ẵm nó lên.

Thì nó lại ngồi xuống khóc.

Bây giờ tôi mới biết.

Nó bị ung thư mấy năm trước. Tuy may mắn cứu được mạng sống, nhưng người ta đã giải phẫu cắt bỏ một phần thân thể của nó.

Từ đó nó đã không thể làm một người vợ trọn vẹn.

Nên chồng nó bỏ nó.

Nên nó ngậm đắng nuốt sầu.

Tóc một chiều chợt trắng như phau.

Bây giờ nó như sống nhờ tình thương bố thí của định mệnh. Mỗi năm hai lần phải vào nhà thương thử nghiệm xem mầm ung thư có tái phát. Nếu không có gì trắc trở nó tạm yên tâm sống thêm sáu tháng. Mới lần sau cùng tuần trước đi khám, họ nói có vài triệu chứng hơi bất thường nên sẽ phải thử nghiệm lại. Tuy các bác sĩ đều trấn an, nhưng nó có cảm tưởng rằng "cái ngày đó" đã gần kề. Nó biết người nó đã cắt bỏ hết rồi. Nếu bệnh tái phát thì đâu còn gì mà cắt mà xén nữa.

Tôi thương nó quá, sụt sùi theo.

Nó lại bỗng cười và nói:

- Dị chưa tề. Sống chết có số. Cậu tra như ri mà còn khóc.

Tôi nói già thì già, vẫn khóc.

Nó bảo tôi nằm xuống giường.

Rồi ngồi cạnh bên…

Và bắt đầu vừa xoa vừa gãi lưng cho tôi,

Giống như ngày xưa.

Tay nó vẫn dịu dàng và âu yếm.

Giống như ngày xưa...

"Ngủ đi cậu- Cậu ngủ đi..."

Tôi mơ màng không biết là tiếng của nó bây giờ, hay chỉ là âm thanh đồng vọng của bốn mươi năm về trước đang lạc lõng về đây?

Trời Huế không mưa mà sao bị dột.

Có vài giọt nước rớt trên lưng...

Tôi bỗng thấy mình bay lên trời cao,

Và thấy phía dưới

Có thằng bé giữa buổi ly loạn của chiến tranh, phải xa lìa tổ ấm nằm khóc nhớ nhà.

Có con bé nằm cạnh bên vỗ về ru ngủ.

Tôi lại thấy đang bay về phía Quán Tình Nhân.

Đôi uyên ương phía trước vẫn còn đang hôn nhau say đắm.

Có nó còn đứng đợi.

Nên tôi dừng lại ghé môi hôn.

Nó cười tươi như hoa nở mùa Xuân.

Rồi cũng bay lên...

Tóc trắng thành mây.

Hai đứa tôi cùng bay trên con đường Tình Ái.

...

Hai tháng sau nó chết. ∎

Mục lục

Liên lạc Tác giả
ThaiNC
Thainc2013@gmail.com

Liên lạc Nhà xuất bản
Nhân Ảnh
han.le3359@gmail.com
(408) 722-5626

www.ingramcontent.com/pod-product-compliance
Lightning Source LLC
Chambersburg PA
CBHW060603190726

48283CB00003B/1134